तारका

(निवडक कवितांचा संग्रह)

संपादक
वि. स. खांडेकर

मेहता पब्लिशिंग हाऊस

- *या पुस्तकातील लेखकाची मते, घटना, वर्णने ही त्या लेखकाची असून त्याच्याशी प्रकाशक सहमत असतीलच असे नाही.*

TARAKA by V. S. KHANDEKAR

तारका : संपादक **वि.स. खांडेकर / निवडक कवितांचा संग्रह**

© सुरक्षित

मराठी पुस्तक प्रकाशनाचे व मराठी E-book पब्लिशिंगचे हक्क,
मेहता पब्लिशिंग हाऊस, पुणे.

प्रकाशक : सुनील अनिल मेहता, मेहता पब्लिशिंग हाऊस,
१९४१, सदाशिव पेठ, माडीवाले कॉलनी, पुणे - ४११०३०.

मुखपृष्ठ : चंद्रमोहन कुलकर्णी

प्रकाशनकाल : १९४९ / फेब्रुवारी,१९९७ / पुनर्मुद्रण : मे, २०१४

ISBN 81-7161-671-2

प्रास्ताविक

'तारका' या काव्यसंग्रहात ज्ञानेश्वरांपासून मर्ढेकरांपर्यंतच्या पंचवीस मराठी कवींच्या कविता समाविष्ट केल्या आहेत. त्या वाचताना दोन शंका येण्याचा संभव आहे. पहिली कवींच्या निवडीविषयीची! हे पंचवीस कवी मराठीतले सर्वश्रेष्ठ कवी आहेत काय असा कुणी प्रश्न केला, तर क्षणाचाही विलंब न लावता मी त्याला उत्तर देईन 'नाही. मुळीच नाही.' आपल्याला हवे ते उत्तर साक्षीदाराने दिले, आता तो आपल्या जाळ्यात सापडला, अशा कल्पनेने आनंदित होऊन त्याच्यावर पुढचा हल्ला चढवायला तयार होणाऱ्या वकिलाप्रमाणे सदरहू गृहस्थही माझा समाचार घेण्याकरिता—

पण त्याची सरबत्ती सुरू होण्यापूर्वीच मी म्हणेन,

'माझी मायबोली इतकी दरिद्री नाही. या संग्रहातले अनेक कवी बाजूला ठेवून, त्यांच्याऐवजी दुसऱ्या कवींच्या कविता मी सहज निवडू शकलो असतो आणि तो संग्रहही 'तारका'इतकाच चांगला झाला असता.'

केवळ वादात विजय मिळविण्याकरिता म्हणून मी हे उत्तर दिले असते, असे मुळीच नाही. मला खरोखरीच तसे वाटते. या लहानशा संग्रहात माझे किती तरी आवडते कवी अभावाने चमकत आहेत. 'अनुदिन अनुतापें तापलों, रामराया' ही ज्यांच्या उद्गारातली आर्तता गेली चाळीस वर्षे माझी साथ करीत आली आहे. 'अचपळ मन माझें नावरे आवरीतां' हा ज्यांचा चरण गुणगुणताना जीवनाचे विशाल आणि सखोल दर्शन झाल्याचा मला नेहमी भास होतो, 'वन्हि तो चेतवावा, रे। चेतवीताचि चेततो।' या ज्यांच्या धीरगंभीर शब्दांनी माझ्या निराशेने अंधारलेल्या मनाला हजारदा उजाळा दिला आहे, पंढरीला विठ्ठलाची मूर्ती पाहिल्यावर 'इथे कां, रे, उभा श्रीरामा। मनमोहन मेघश्यामा' म्हणून त्याला प्रश्न करण्याइतकी राममय झालेली ज्यांची वृत्ती, माणसाने आपल्या श्रद्धाविषयाशी किती तद्रूप झाले पाहिजे, हे मला बाळपणापासून सुंदर रीतीने समजावून सांगत आली आहे. 'मराठा तितुका मेळवावा' हा समतेचा आणि सहकार्याचा थोर मार्ग तीन शतकांपूर्वी ज्यांच्या विचारवंत प्रतिभेने महाराष्ट्राला दाखविला त्या समर्थ रामदासांची कविता या संग्रहात कुठे आहे? ज्ञानेश्वर-तुकारामांइतकाच त्यांच्याविषयी मला आदर आहे. पण—

हा पण नसता तर माझा दुसरा आवडता कवी या संग्रहात हमखास दिसला नसता का? सीमंतिनीचा पाण्यात बुडालेला नवरा पाताळातून परत येऊन तिचे

सौभाग्य तिला लाभते, ही कथा ज्या वयात मला अक्षरश: खरी वाटत होती त्या वयापासून ज्याला देव पाहायचा आहे, त्याला आपले हृदय छिन्नभिन्न करून घ्यावे लागते. दगडात लपलेल्या सुंदर मूर्तीप्रमाणे देव माणसाच्या अंत:करणातच वास करीत असतो, मात्र तो आपणहून कधीच प्रकट होत नाही असे ज्या वयात वाटायला लागते त्या या प्रौढत्वाच्या काळापर्यंत श्रीधरांचे वाङ्मय मी किती गोडीने वाचीत आलो आहे! माझ्या अगदी निवडक पुस्तकांच्या कपाटात शिवलीलामृत नेहमी असते. मी कुठल्याही सोमवारी-अगदी श्रावणातल्यासुद्धा-ते वाचीत नाही. मात्र ज्यावेळी कोणत्याही कारणाने मी अतिशय उदास होतो, माझे मन माणसांत रमत नाही आणि सृष्टीच्या सहवासातही त्याला करमत नाही, तेव्हा माझ्या आवडत्या कवीकडे मी वळतो. अशावेळी कधीकधी मी शिवलीलामृत उघडतो. या काव्यग्रंथातले महानंदेचे किंवा श्रियाळ-चांगुणेचे आख्यान वाचू लागले की, किरकिरणाऱ्या मुलाला पाळण्याच्या झोक्यांनी जशी गुंगी यावी, तशी माझी स्थिती होते. माझी मन:शांती मला परत लाभते. असे असूनही श्रीधरांचा समावेश मी या संग्रहात करू शकलो नाही.

देवाला दाखवायच्या नैवेद्याचे पान फार लहान असावे आणि मुदपाकखान्यात तऱ्हतऱ्हेची पक्वान्ने मात्र विपुल केलेली असावीत, अगदी प्रत्येक पक्वान्न नैवेद्याच्या पानावर थोडे थोडे घालायचे म्हटले तरी ते अशक्य व्हावे, तशी या पुस्तकाच्या बाबतीत माझी स्थिती झाली. नैवेद्याचे दुसरे पान तयार करणे हाच ही उणीव दूर करण्याचा राजमार्ग आहे.

पहिल्या शंकेचे हे निरसन बहुतेकांना मान्य होईल. पण दुसरी शंका मात्र जरा अशुद्ध आणि अवघड आहे. ज्ञानेश्वरांपासून मर्ढेकरांपर्यंतचे कवी एका पंक्तीत बसविणारांची संभावना 'स वै मुक्तोऽथवा पशु:' या सुभाषिताने करणारे लोक अद्यापि आपल्यात अस्तित्वात आहेत. अजून आम्ही घटपटादी खटपट करून संत-पंडित कवींचे वाद लढवीत आहो, प्राचीन-अर्वाचीन कवितेतल्या भेदावर मारामाऱ्या करीत आहो, अगदी आधुनिकांना डोळे मिटून डोक्यावर घेऊन नाचत आहो अथवा त्यांच्याकडे डोळेझाक करून त्यांना लाथाडून देत आहो. जुन्या वाङ्मयातली पितळ सोने म्हणून विकणारे दुकानदार जसे आमच्या साहित्याच्या बाजारात दुकान थाटून बसले आहेत, तसे नव्या वाङ्मयातल्या सिगारेट्सच्या पेट्यांतली चांदी सराफकट्ट्यावर चांदीच्या भावाने खपवू पाहणारी शहाणी गिऱ्हाइकेही आपल्यात आहेत!

नव्या-जुन्यांची एकांगी स्तुति-निंदा करणाऱ्या असल्या लोकांहून अधिक अरसिक माणसे जगात दुसरीकडे कुठेच आढळणार नाहीत! बिचाऱ्यांच्या हे लक्षातच येत नाही, की प्रतिभेचा मक्ता काही परमेश्वराने एका काळाला दिलेला नसतो, किंबहुना प्रत्येक युग आपल्याला अनुरूप अशी मोठी माणसे बरोबर घेऊनच जन्माला येत

असते. त्या मोठ्या माणसांच्या कर्तृत्वाचे मूल्यमापन त्या त्या काळाची पार्श्वभूमी लक्षात घेऊनच केले पाहिजे. द्राक्षाची आंब्याशी आणि आंब्याची 'पीच'शी तुलना करून विशिष्ट फळच श्रेष्ठ आहे असा आग्रह धरणे हा वितंडवाद होणार नाही काय? पण जिभेने चाखायच्या रसांच्या बाबतीत आपण जेवढे उदारमतवादी होऊ शकतो तेवढा विवेक आत्म्यानेच ज्यांचा आस्वाद घेता येतो, अशा रसाविषयी मात्र आपण दर्शवीत नाही. किती विचित्र गोष्ट आहे ही!

एखाद्या पर्वताची शिखरे लहानमोठी असतात. त्यातले एखादेच गगनचुंबी असू शकते. प्रतिभासामर्थ्याच्या दृष्टीने कवींतही असे फरक पडतात. चांगले कवी जसे गल्लोगल्ली निर्माण होत नाहीत तसे ज्ञानेश्वर, तुकाराम आणि केशवसुत काही प्रत्येक पिढीला जन्माला येतात असे नाही. पण हे अपरिहार्य अंतर सोडून दिले तर बाकीच्या बाबतीत सर्व चांगले कवी एकाच पंक्तीत बसू शकतात. सौंदर्याने आनंद देण्याची आणि सामर्थ्याने उत्साह जागृत करण्याची काव्याची शक्ती मराठी काव्यात ज्ञानेश्वरांपासून मर्ढेकरांपर्यंत प्रत्येकाने आपापल्या पद्धतीने प्रकट केली आहे. आत्मलिंगाचा साक्षात्कार वर्णन करताना–

स्वर्ग जयांची साळोंखा । समुद्रपाळी पिंड देखा ।।
शेषासारिखी बैसका । जो अंधार तिन्ही लोकां ।।
लिंग देखिलें देखिलें । तिहीं लोकीं विस्तारलें ।।
मेघधारीं तपन केलें । तारापुष्पीं वरि पूजिलें ।।
चंद्रफळ त्या वाहिलें । वोवाळिलें रविदीपें ।।

या अभंगात ज्ञानेश्वर जी भव्य कल्पकता प्रकट करतात तिचे दर्शन मर्ढेकरांच्या प्रभातकाळच्या खालील चित्रणात होत नाही काय?

डोकी अल्गद घरे उचलिती
काळोखाच्या उशीवरूनी;
पिवळे हंडे भरून गवळी
कावड नेती, मान मोडुनी
नितळ न्याहारिस हिरवी झाडे
काळा वायू हळूच घेती;
संथ बिलंदर लाटांमधुनी
सागरपक्षी सूर्य वेचिती.

तुकाराम व अत्रे, जनाबाई आणि इंदिरा संत, केशवसुत व कुसुमाग्रज,

बालकवी आणि बोरकर यांच्या कविता आपण एकामागून एक वाचीत गेलो म्हणजे स्थळकाळांच्या भिन्नतेमुळे निर्माण झालेल्या निराळेपणाला साहित्यात-विशेषत: काव्याला अवास्तव महत्त्व देणे अत्यंत अरसिकपणाचे आहे असेच आपल्याला दिसून येते. तुकारामाप्रमाणे अत्रे विठ्ठलभक्त नसतील, पण सारे चित्त संसारात गुंतवून ठेवून, पंढरपूरच्या यात्रेला जाण्याचे सोंग करणाऱ्या सासूचे वर्णन करताना तो महान भगवद्भक्त क्लिष्ट व रूक्ष कवींची पगडी उडविणाऱ्या या विसाव्या शतकातल्या विनोदी लेखकाइतकाच मिस्कील होतो. जनाबाईच्या अभंगांइतकीच इंदिराबाईंच्या कवितेत आर्तता आहे. पहिल्या काव्यात विठ्ठलाच्या दर्शनाची आतुरता आहे, दुसऱ्यात आयुष्याचा सोबती संसाराच्या अर्ध्या डावावरून उठून गेल्यामुळे येणारी व्याकूळता आहे.

केशवसुत आणि कुसुमाग्रज व बालकवी आणि बोरकर हे एका दृष्टीने आधुनिक असले तरी सर्वस्वी निराळ्या पिढ्यांचे आहेत. केशवसुतांच्या मृत्यूनंतर पाच-सहा वर्षांनी कुसुमाग्रज जन्माला आले. पण 'तुतारी'तल्या

'धार धरलिया प्यार जिवावर
रडोत, रडतिल रांडा पोरें
गतशतकांचीं पापें घोरें
क्षालायाला तुमचीं रुधिरें
पाहिजेत रे स्त्रैण न व्हा तर!'

या ओळीच्या मागोमाग

'मार्ग आमुचा रोधूं शकती ना धन, ना दारा
घराची वा वितभर कारा'।

या ओळी वाचल्या, की आपण जणू काही एकाच कणखर कविमनाचे तेजस्वी बोल ऐकत आहो, असा भास होतो.

बालकवींनी श्रावणमासावर एक गोड गीत रचिले आहे. बोरकरांनी कार्तिकाचे काव्यमय वर्णन केले आहे. सृष्टिसौंदर्याच्या दृष्टीने हे दोन्ही ऋतू अगदी भिन्न आहेत. पण या दोन कविता वाचून जो आनंद होतो, तो अगदी एका जातीचा.

बालकवींचे हे श्रावणाचे वर्णन—

वरती बघता इंद्रधनूचा गोफ दुहेरी विणलासे

मंगल तोरण काय बांधिले नभोमंडपी कुणि भासे ।
बलाकमाला उडता भासे कल्पसुमांचि माळचि ते,
उतरुनि येती अवनीवरती ग्रहगोलचि की एकमते ।
फडफड करुनी भिजले अपुले पंख पाखरे सावरिती,
सुंदर हरिणी हिरव्या कुरणी निज बाळासह बागडती
सुवर्णचंपक फुलला विपिनी रम्य केवडा दरवळला
पारिजातही बघता भामा, रोष मनीचा मावळला!

आणि हे बोरकरांचे कार्तिकाचे चित्र—

पाजळती दिवसांसम झाडे
खुली नभाची रत्न-कवाडे
दिशा त्यातुनी ओलेत्याने बघती सांग कुणास?

झळझळती गवताच्या गंजी
हवेत भ्रमती चतुर किरमिजी
अहा! पिसोळी पुष्पदळांसम वहात भिडति तृणास.

गुरांपरी मोहरली मखमल
पालवीत जरतारी किलबिल
झुळुक नदीवरली ये शीतल लालुचवीत मनास.

तिथे कुठेतरि दडुनि केवडा
पातीतुन वाजवी चौघडा
करू तिथे चल खजिना उघडा रिझवु मना नयनास.

प्रचारप्रधान वाङ्मयाला स्थलकालाची बंधने जखडून टाकतात. विचारात्मक साहित्याला ती तितकी करकचून बांधू शकत नाहीत. पण दोरी धरणाराच्या लहरीवर पतंगाच्या हालचाली जशा अवलंबून असतात त्याप्रमाणे देशपरिस्थितीवर अशा वाङ्मयाचे आवाहन अवलंबून राहतेच. त्यात तात्कालिक भाग पुष्कळ असतो. तो एखाद-दुसऱ्या पिढीत कोमेजून जातो. त्यामुळे अशा वाङ्मयाचे आकर्षण पिढ्यान् पिढ्या टिकणे शक्य नसते. तत्त्वप्रधान वाङ्मय त्या मानाने चिरकालिक असते. गांभीर्यामुळे ते सर्वसामान्य मनुष्याच्या अंतःकरणात प्रवेश करू शकत नाही. पण

शतकानुशतके बुद्धिमंतांवर ते स्वामित्व गाजविते. जीवनाची कोडी उलगडण्याचा ते प्रयत्न करते. प्रक्षुब्ध सागरात सापडलेल्या नौकेला दीपगृह जसा मार्ग दाखविते, त्याप्रमाणे संभ्रमाच्या आणि संशयाच्या चक्रव्यूहात सापडलेल्या मानवी आत्म्याला ते धीर देते; ते त्याला स्वत:मधल्या अमंगलाशी संग्राम करायला प्रवृत्त करते. काव्यात्मक वाङ्मय- यात कवितेबरोबर कथा, नाटक, कादंबरी वगैरे अनेक ललित वाङ्मयाचे प्रकार येतात—तात्त्विक वाङ्मयाइतकेच दीर्घजीवी होऊ शकते. एवढेच नव्हे तर मूठभर बुद्धिमंतांपुरते मर्यादित राहत नाही. ते समाजाच्या खालच्या थरापर्यंत सहज पाझरत जाते. व्यक्तीच्या हृदयातल्या अगदी नाजूक अशा अंतर्भागातही ते प्रवेश करते. ते आनंदाबरोबर उत्साह देते, कल्पनेच्या गंधर्वलोकाप्रमाणे उदात्त अनुभूतीच्या तपोवनातही ते आपल्याला घेऊन जाते. आईच्या वात्सल्याने माणसाच्या पाठीवरून हात फिरविते. पत्नीच्या प्रीतीची मधुरता त्याला प्रचीत करून देते. बहिणीच्या मायेची आर्तता अशा वाङ्मयाच्या सहवासात त्याला जाणवते आणि त्याच्या शब्दाशब्दांतून कन्यकेच्या पायांतल्या वाळ्यांचे लडिवाळ बोल त्याला ऐकू येतात. म्हणूनच सर्व देशांत सर्व काळी काव्यात्मक वाङ्मय हेच बहुजनसमाजाचे मनोरंजनाचे आणि आत्मविकासाचे प्रमुख साधन होत आले आहे. या काव्यात्मक वाङ्मयात कविता सर्वश्रेष्ठ मानली जाते. कारण इतर ललित वाङ्मयप्रकारापेक्षा स्थलकालाची अंतरे ती लीलेने ओलांडते. श्रीधर आणि इलियट यांची पुस्तके माझ्या कपाटात जवळजवळ असतात. इतकेच नव्हे तर त्या दोघांच्या अनेक सुंदर ओळी स्वत:शी गुणगुणताना मला मोठा आनंद होतो. याचे कारण कवितेची ही अलौकिक शक्तीच आहे.

अलौकिक असे मी म्हटले, हे काही उगीच नाही. शेलेने कवीची तुलना काळोख्या रात्री गाणाऱ्या कोकिळेशी केली आहे. अंधारात कुठेतरी लपून ती गात असते. भोवतालचा काळोख आपल्या अमृतमधुर सुरांनी ती उजळून टाकते. तिचे ते गोड बोल ऐकून माणसे मंत्रमुग्ध होतात, जागच्या जागी थबकतात, हातांतली कामे आणि मनातल्या काळज्या विसरतात. जणू काही त्या मधुर स्वरांच्या विमानात बसून ती एका दिव्यसृष्टीत प्रवेश करतात. त्या सृष्टीत गुलाबाला काटे नसतात, प्रीतीला क्षणभंगुरतेचा शाप नसतो. तिथे सहसा दीपज्योतीवर काजळी चढत नाही. क्वचित चढली तरी ती आपोआप गळून पडते. तिथल्या निर्मल गंगौघात माणसांचे आत्मे स्नान करून आपली पापे धुऊन टाकण्यात निमग्न झालेले दिसतात.

अशी जादू त्या कोकिळेच्या गाण्यात असते. तिच्या स्वरजालात माणसाची मने गुंतून पडतात. ती ब्रह्मानंदाचा उपभोग घेतात, पण ती गायिका त्यांना कुठेच दिसत नाही. तिच्या संगीताने त्यांची हृदये उषेच्या स्पर्शाने उमलणाऱ्या फुलांसारखी प्रफुल्ल होतात, चंद्रिकेच्या दर्शनाने पाझरणाऱ्या चंद्रकांत मण्याप्रमाणे स्रवू लागतात.

हे दिव्य संगीत कुठून येत आहे हे मात्र त्यांना कळत नाही. ते आपल्याला इतके मृदु कसे बनविते हेही त्यांना उमजत नाही.

शेलेने वर्णन केलेली ही जादूची शक्ती कवितेच्या अंगी कुठून येते? उत्तर मोठे कठीण आहे. आईच्या प्रेमाचे, सज्जनाच्या तत्त्वनिष्ठेचे, हसत स्वतःचे बलिदान करणाऱ्या महात्म्याच्या त्यागाचे पृथक्करण करण्याइतकेच ते अवघड आहे. ती संगीताची शक्ती आहे, ती उत्कट भावनेची शक्ती आहे, ती तरल कल्पनेची शक्ती आहे, ती जीवनमूल्यांच्या अंतिम जाणिवेची शक्ती आहे. शरीराच्या पिंजऱ्यातून रक्तबंबाळ स्थितीत बाहेर पडून जगदात्म्याशी तन्मय होणाऱ्या मानवी आत्म्याची ती शक्ती आहे. प्रत्येक कवीत या विविध शक्तींचा संगम होतोच असे नाही. पण यापैकी एक ना एक शक्ती प्रकर्षाने प्रकट झाल्याशिवाय मनुष्य अंशतः सुद्धा कवी होत नाही. तो पद्यकारच राहतो. यातल्या बहुतेक सर्व शक्ती ज्ञानेश्वरांत आणि केशवसुतांत, तुकारामांत आणि तांब्यांत, मुक्तेश्वर-जनाबाईंत आणि यशवंत-कुसुमाग्रजांत कमी-अधिक प्रमाणात एकवटलेल्या दिसतात. म्हणून आपण त्यांना थोर कवी मानतो.

या संग्रहातल्या पहिल्या सहा कवींचाच प्रथम विचार करू. प्राचीन हे विशेषण आपण त्यांना लावतो. कालदृष्ट्या ते बरोबर आहे. पण त्यांच्या कविता वाचताना आपण कुठल्या तरी जुनाट काळात वावरत आहोत, अपरिचित आकृती पाहत आहोत, परक्या वातावरणात फिरत आहोत असे क्षणभर तरी कुणाला वाटते काय? आपल्या मराठी बोलाची अमृताशी पैज लावून ती जिंकणारे हे ज्ञानदेव पाहा— या योगिराजाचा हा मातृभाषेचा अभिमान पाहून कुणा मराठी भाषकाचा ऊर आजही आनंदाने उचंबळून येणार नाही? 'प्रभावी हिचे रूपचापल्य देखा, पडावी फिकी यापुढे अप्सरा' हे माधव ज्यूलियनांचे शब्द ज्ञानदेवांच्या सातशे वर्षांपूर्वीच्या उद्‌गारांचेच विसाव्या शतकातले प्रतिध्वनी नाहीत काय?

दळून दळून हात दुखू लागले आहेत. शरीर गळून गेले आहे. ते विश्रांतीची वाट पाहत आहे. पण त्याची पर्वा न करता घोंगडीला पाठ लागताच डोळे मिटून स्वतःशीच गुणगुणत ब्रह्मानंदात निमग्न होणारी ही नामयाची दासी पाहा. 'माझिये हरिणी । गुंतलीस कोणे रानीं ।। मुकें मी पाडस । चुकलें भोवें पाहें वास ।।' म्हणून ती आपल्या आईला- विठ्ठलाला- आळवीत आहे. केवढा गोडवा, केवढी आर्तता, नाजूक भावनेचा आविष्कार करण्याचे केवढे कौशल्य या चिमुकल्या ओळींत प्रकट झाले आहे! 'मुकीं मी पाडसे। चुकलें भोवें पाहे वास' या कल्पनेवर एखादा प्रतिभावान चित्रकार किती हृदयंगम चित्र काढू शकेल?

मात्र जेव्हा जेव्हा जनाबाईंची ही विठ्ठलाची धावा करणारी मूर्ती माझ्या डोळ्यांपुढे तरळते, तेव्हा तेव्हा मला केशवसुतांचीही आठवण होते. माझे मन पन्नास वर्षे मागे

उडून जाते. ती पाहा खानदेशातली गिरणा नदी. तिच्या तीरावर कुणीतरी तरुण मनुष्य एकटाच बसला आहे. दिवस दिवाळीचे आहेत. सारे भडगाव करंज्या-कडबोळ्यांच्या तयारीत आणि फटाके-चंद्रज्योतींच्या चिंतनात गढून गेले आहे. पण हा मनुष्य-हा मास्तर आहे त्या गावातला. पण आता त्याला शाळेची शुद्ध नाही. आपण कोण आहो याचीही आठवण नाही—हा वेड्यासारखा स्वत:शीच काहीतरी गुणगुणत बसला आहे. ते पाहा, त्याचे शब्द ऐकू येऊ लागले—

जो गोपाळ गमे प्रभातसमयीं गाई वनी चारितां
वाटे रव्युदयीं नदीवर मुनी अर्घ्यांस जो अर्पितां
जो भासे दिवसां कृषीवल शिरीं खोवूनियां लोंबरें
तो आता ऋतु शारदीय बहुधा शेतांतुनी संचरे

छे! हा वेडा नाही. हा शहाण्यांतला शहाणा मनुष्य आहे. रामकृष्णांपासून तो तुमच्या-आमच्यापर्यंत सर्वांना सुखवीत आलेल्या सुंदर व सात्त्विक भारतीय शरदऋतूचे किती सुंदर आणि समर्पक वर्णन एका श्लोकात याने केले! काव्यदेवतेचा साक्षात्कार झाल्यानंतर आपले हृद्गत व्यक्त करताना जनाबाईइतक्याच आर्ततेने हा कवी म्हणतो-

आत्माराम सखेद होउनि वदे तों आपणाशीं असें
'कांही सुंदर देखिलें खचित मीं यामाजि शंका नसे
हा! हा! हे जर सर्व भास धरतां येतील मातें तर
पृथ्वीचा सुरलोक की बनवुनी टाकीन मी सत्वर!'

ज्ञानेश्वर-तुकारामांसारखे संतकवी आणि मुक्तेश्वर-रघुनाथांसारखे अभिजात कवी आपल्या कल्पनेच्या, आर्ततेच्या आणि उदात्ततेच्या बळावर स्थलकालांच्या मर्यादा उल्लंघू शकतात. ते आपल्या कल्पना-भावनांचे समाधान करू शकतात, हे मान्य करणारे विद्वान या संग्रहात समाविष्ट केलेल्या मोरोपंत-प्रभाकरांची योग्यता खळखळ न करिता कबूल करतीलच असे मात्र नाही. ते म्हणतील, 'हे प्रभाकराचे जुने पोवाडे आता कशाला उकरून काढता? सवाई माधवरावांच्या मृत्यूचे दु:ख पेशवाईतल्या लोकांना होणे स्वाभाविक होते. पण आता पेशवाईच नव्हे तर तिच्यामागून गादीवर आलेली आंग्लाईही इतिहासजमा झाली. अशा स्थितीत या शिळ्या, थंड, खारट अश्रूंचे कौतुक कोण करीत बसणार?' जे गरमागरम ते चांगले, हा अन्नाचा न्याय वाङ्मयाला लावणाऱ्या आणि अनेक पूर्वग्रहांनी पछाडलेल्या या पंडितांना मी

उत्तरादाखल एवढेच सांगेन, 'महात्माजींचा मृत्यू हा सवाई माधवरावांच्या मृत्यूपेक्षा आजच्या माणसाला अधिक हृदयद्रावक वाटला पाहिजे हे उघड आहे. गांधीजींच्या निधनानंतर त्यांच्यावर इतकी कवने रचण्यात आली. त्यातल्या कित्येकांच्या तबकड्या खूप खपल्या म्हणे! या खपाचे श्रेय कवीला का गाणाऱ्याला, ते त्यांचे त्यांनी ठरवावे! पण प्रभाकराच्या 'धन्य वंद्य एकेक पुरुष कल्पवृक्ष पिकलें', 'परंतु मंगळसूत्र गळ्यांतिल मुळिं माझें तुटलें । राजहंस पांखरूं हातांतिल दैववशें सुटलें।', 'जिवंत मी असल्यास उद्या या नेत्र पुसायाला' अशा अंत:करणाला पीळ पाडणाऱ्या ओळी गांधी-विलापात आपल्या कानांवर कितीशा आल्या?

मोरोपंतांच्या कवितेविषयी किंचित सविस्तर विवेचन करणे आवश्यक आहे. त्यांच्या काव्यातली क्लिष्टता किंवा अन्य प्रकारचे अनेक लहानमोठे दोष उघड आहेत. त्यांच्या अभिमान्यांनीसुद्धा त्यांच्यावर पांघरूण घालण्याचा प्रयत्न करू नये. या वैगुण्यात लपविण्यासारखे काय आहे? जगात अजून जसा पूर्ण निर्दोष मनुष्य जन्माला यायचा आहे, तशीच सर्वकाळी, सर्व दृष्टींनी सर्वांचे समाधान करणारी कलाकृती निर्माण व्हायची आहे. वाङ्मयात काय किंवा जीवनात काय, मनुष्य सर्वस्वी स्वत:चा शिल्पकार नसतो. स्वभावाने, आनुवंशिकतेने, परिस्थितीने, योगायोगाने आणि अशाच त्याच्या शक्तींबाहेरच्या शेकडो गोष्टींनी तो अंशत: घडविला जातो. शिवाय माणसाला आपले दोष हे बहुधा दोष वाटत नाहीत. अंतर्मुख होऊन पाहणाऱ्या एखाद्याला ते क्वचित जाणवले तरी त्याला ते सहसा सुधारता येत नाहीत. अनेकदा मनुष्य काय किंवा कलावंत काय, आपल्या गुणांबरोबरच विशिष्ट दोष घेऊन जन्माला येतो. त्याचे गुणदोष ही जणू काही जुळी भावंडेच असतात. कुणाही सामान्य व्यक्तीचे, ऐतिहासिक पुरुषाचे किंवा कवी-कलावंताचे आपण मूल्यमापन करतो त्यावेळी या चिरंतन सत्याकडे दुर्लक्ष करणे हा रसिकतेच्या दृष्टीने अक्षम्य गुन्हा आहे. अशा मूल्यमापनात स्थल, काल, परिस्थिती, परंपरा, प्रकृतिधर्म इत्यादी अनेक गोष्टींचा शुद्ध शास्त्रीय दृष्टीने पूर्वग्रहविरहित वृत्तीने विचार केला तरच आपला निर्णय प्रामाणिक होऊ शकेल.

मोरोपंतांच्या कवित्वशक्तीचा विचार केला तर तिच्या बाजूनेही बरेच बोलण्यासारखे आहे हे लक्षात आल्यावाचून राहणार नाही. तिच्यात भावनेपेक्षा बुद्धीचा विलासच फार आहे म्हणे! नाही कोण म्हणतो! पण तसा तो बाण आणि गडकरी यांच्यातही आढळतो, म्हणून काय 'कादंबरी' आणि 'वाग्वैजयंती' यांच्या निर्मात्यांना कुणी सामान्य लेखले आहे? बुद्धिविलासातून चमत्कृतिजनक कल्पनांचा हव्यास निर्माण होणे अपरिहार्य आहे. बाण, मोरोपंत व गडकरी हे तिघेही हाच नियम सिद्ध करतात. पण मोरोपंतांची भूमिका कवीपेक्षा कथाकाराची होती. भावनेच्या आविष्कारापेक्षा रंजनयुक्त उपदेश हे त्यांचे ध्येय होते हे ध्यानात घेतले म्हणजे त्यांच्या या

वैशिष्ट्याचे मुळीच नवल वाटत नाही.

गेल्या शंभर वर्षांत आपले जीवन आमूलाग्र बदलले, आपल्या आयुष्यविषयक कल्पनांत परलोकाची जागा इहलोकाने घेतली. पूर्वजन्मीची पापपुण्ये काल्पनिक ठरून त्यांच्याऐवजी नवे समतेचे तत्त्वज्ञान आले, मनाचा कोंडमारा करणारे जे विचार-विकार माणसाला पूर्वी बोलून दाखविण्याची लाज किंवा भीती वाटे, त्यांची तो आज वकिली करीत आहे. पूर्वकाळी माणसांची ऐहिकाविषयीची आसक्तीच नव्हे तर त्याची प्रामाणिक अनुभूतीही क्षुद्र मानली जात होती. आता तीच जीवनाचे प्रेरककेंद्र ठरत आहे. साहजिकच मानवाचा भावाविष्कार हा अर्वाचीन कवितेचा आत्मा झाला आहे. तो तसा होणेच उचित आहे. कवितेचा हा नवा आत्मा दीड शतकापूर्वीच्या मोरोपंतांच्या कवितेत नाही म्हणून तिची किंमत कमी लेखण्यात काय अर्थ आहे? इंग्रजी कवितेच्या इतिहासात शेले-वर्डस्वर्थपूर्वी पोप-ड्रायडनचे युग होऊन गेले होते. त्या युगातल्या जनमनाच्या पार्श्वभूमीवरच इंग्रजी वाङ्मयात त्यांचे मूल्यमापन केले जाते. हा न्याय आपण मोरोपंतांनाही अवश्य लावला पाहिजे. संतकवी घ्या, पंडित कवी पाहा, आधुनिकांतले केशवसुत-गोविंदाग्रज बघा किंवा बोरकर-मर्ढेकरांचा विचार करा. सर्व कवी आपापल्या काळातल्या ध्येयांची आणि आवडी-निवडींची पूजा कळत नकळत करतात असेच दिसून येईल. आपल्या काळच्या सामाजिक गरजा आणि जनमनाच्या वाङ्मयविषयक कल्पना यांना मान देणे-प्रसंगी त्यांच्यापुढे मान वाकविणे-यांना प्राप्तच असते. त्यांच्यातही मधूनमधून एखादा यशस्वी बंडखोर निर्माण होतो, नाही असे नाही. पण तो एखादाच-एखादा ज्ञानेश्वर, एखादा केशवसुत! मोरोपंत असे बंडखोर कवी नव्हते. ते परंपरापूजक होते. वर्तमानकालात वावरणारे होते, विशिष्ट मर्यादांपलीकडे पाऊल न टाकणारे होते. पण त्यांच्या या मर्यादा लक्षात घेऊनही मराठी भाषेवर त्यांनी केलेले उपकार कोण विसरू शकेल? 'विष्णुशास्त्री चिपळूणकर मराठीचे शिवाजी होत', असे आपण म्हणतो. याच ऐतिहासिक दृष्टीने मराठी गद्याचा मागोवा घेत घेत मागे गेले म्हणजे मोरोपंत हे मराठीचे शहाजी होते असे म्हणण्याचा मोह अगदी अनावर होतो. त्यांच्या कवितेतून-हरिदासांनी समाजात लोकप्रिय केलेल्या विविध आख्यानांतून—मराठी गद्याची नवी जडणघडण निर्माण झाली. विष्णुशास्त्र्यांच्या लिखाणात आढळून येणारा मोरोपंतांचा कैवार केवळ रसिकतेच्या पोटी जन्माला आलेला नाही. त्याचा उगम एक प्रकारच्या भक्तीत आहे, दोन साहित्यिकांच्या साधर्म्यात आहे. चिपळूणकरांनी आपल्या शैलीला आणलेला डौल, तिच्यातले संस्कृतप्राचुर्य व तज्जन्य सौंदर्य, तिच्यातला मोहक आवेश इत्यादी गोष्टी त्यांच्या व्यक्तित्वाइतक्याच लहानपणी त्यांच्यावर झालेल्या मोरोपंतांच्या संस्कारांतून निर्माण झालेल्या आहेत. कृष्ण व कर्ण यांचा या संग्रहातला तेजस्वी संवाद या दृष्टीने अवश्य अभ्यासिला पाहिजे.

कृष्णाच्या प्रत्युत्तरांत आधुनिक वक्त्याचे आणि निबंधकाराचे कितीतरी गुण प्रकट झाले आहेत.

या वाङ्मयीन गुणांइतकाच या संवादाचा दुसराही एक विशेष मला फार महत्त्वाचा वाटतो. तो म्हणजे कृष्णाने प्रतिपादन केलेला धर्माधर्मविवेक. पापाचे एकेक माप कर्णाच्या पदरात टाकीत 'तेव्हां गेला होता कोठें राधासुता, तुझा धर्म?' असा कृष्ण जेव्हा त्याला पुन:पुन्हा सवाल करतो, तेव्हा वाचकांच्या न्यायबुद्धीला मोठ्या गुदगुल्या होतात. मोरोपंत आधुनिक काळात जन्माला आले असते तर दास-नेहरूंसारखे बडे वकील झाले असते असे त्याला वाटते. तापलेल्या लोखंडावर लोहाराने एकामागून एक घातलेल्या घावाप्रमाणे पुन:पुन्हा येणारा तो चरण वाचकाच्या कानांत घुमू लागतो आणि मग त्याच्या मनात येते—जीवनातल्या अत्यंत अवघड अशा समस्येचे उत्तर किती रोखठोक रीतीने या एका ओळीत मोरोपंतांनी दिले आहे! केवढे मोठे जीवनविषयक तत्त्वज्ञान या चरणांतून सूचित झाले आहे! इतरांनी आपल्याशी धर्माने वागावे अशी ज्याची इच्छा असेल त्याने प्रथम स्वत: धर्माचा अंगीकार करायला हवा! जीवन हे युद्ध असले तरी ते धर्मयुद्ध आहे यावर त्याने श्रद्धा ठेवायला हवी.

जीवन हे युद्ध आहे हे कोण नाकारील? जन्मापासून मृत्यूपर्यंत प्रत्येक माणसाला या संग्रामात भाग घ्यावाच लागतो; सतत अनेक शत्रूंशी लढत राहावे लागते. निसर्ग माणसाचा जेवढा मोठा मित्र आहे तेवढाच तो त्याचा जबरदस्त शत्रूही आहे. यामुळे त्याच्याशी तर त्याचा अखंड झगडा सुरू असतो. पण निसर्गापेक्षाही माणसाचा दुसरा एक मोठा शत्रू आहे, त्याची गाठ घेण्याकरिता त्याला घर सोडून दूर जावे लागत नाही. मनुष्य घरातल्या आरशापुढे जाऊन उभा राहिला की त्याला तो दिसतो. हा शत्रू म्हणजे माणसाचे शरीर होय.

एखाद्याच्या मनात येईल—शरीराच्या द्वारेच आपण मिष्ट पदार्थांचा आस्वाद घेतो, चवदार पेये पितो, सुगंधी फुले हुंगतो, गोड गाणी ऐकतो, फार दिवसांनी भेटलेल्या बाळमित्राला कडकडून मिठी मारतो, शेक्सपिअरचे हॅम्लेट किंवा कालिदासाचे शाकुंतल पाहतो आणि प्राणनाशक रोगांचा प्रतिकार करणारी नवी नवी परिमाणकारक औषधे शोधून काढतो. असे असून हे शरीर आपले शत्रुत्व करते? छे! असे म्हणणारा मनुष्य वेडा असला पाहिजे!

मी शरीराला कोणत्याही दृष्टीने कमी लेखीत नाही. परमार्थाची ओढ लागलेल्या संतांप्रमाणे त्याची निंदा मी कधीच करणार नाही. माणुसकीची मर्यादा न ओलांडणारे सर्व शरीरधर्म मला पवित्र वाटतात. आत्म्याचे भलतेच स्तोम माजवून शरीराला क्षुद्र लेखणे किंवा त्याच्या नैसर्गिक भुकांचा कोंडमारा करून आपण उदात्त होत आहोत, असा सोईस्कर समज करून घेणे मला जमत नाही. पण शरीर लहान मुलांप्रमाणे

फाजील लाडांनी बिघडते हे जीवनातले अत्यंत कटू सत्य मी कधीही अमान्य करणार नाही. शरीर हा निसर्गाचाच एक भाग आहे, त्यामुळे त्याच्या सर्व सुखसंवेदना स्वाभाविक व म्हणूनच वैयक्तिक असतात, त्या सामाजिक बनू शकत नाहीत. ज्या इंद्रियांच्या द्वारे ते अनिर्बंध सुख संपादन करू शकते, त्याचे ते नकळत गुलाम बनत जाते. अशा दुर्बळ शरीराच्या हातांत वासनांचे लगाम फार वेळ राहू शकत नाहीत. मग घोडे सैरावैरा उधळतात आणि त्या बेफामपणाने धावणाऱ्या रथाखाली जीवनातल्या असंख्य लहान-मोठ्या कोमल आणि मंगल गोष्टींचा चोळामोळा होऊन जातो.

जगात केवळ एकच मनुष्य असता तर शरीराच्या नैसर्गिक स्वच्छंदीपणावर नियंत्रण घालण्याचे काहीच कारण पडले नसते. वृक्षवेलींप्रमाणे, पशुपक्ष्यांप्रमाणे त्या माणसाने आपले जीवन कंठिले असते.

धर्माचा—शरीराच्या स्वाभाविक प्रेरणांपलीकडे पाहण्याचा, हा संयमित किंवा नियंत्रित करण्याचा—प्रश्न उपस्थित होतो, तो जेव्हा एका मनुष्याचा दुसऱ्याशी संबंध येतो, तेव्हा. जो जो संबंधित माणसांची संख्या वाढू लागते, जात, धर्म, वर्ग, राष्ट्र, समाज इत्यादी समूहांत माणसांच्या वाटण्या होऊ लागतात, तो तो मानवी संबंध अधिक गुंतागुंतीचे होत जातात. त्यातून पदोपदी चित्र-विचित्र संघर्ष निर्माण होतात. या संघर्षांना पुढे विकृत, संमिश्र व राक्षसी स्वरूप येत जाते. एकावेळी एका बाणाने एकच मनुष्य मारणारे हात आज एका ॲटम बॉंबने क्षणार्धात लाखो लोकांचे विलक्षण क्रूरतेने प्राण घेऊ शकतात. अशा स्थितीत माणसामाणसाचे संबंध निश्चित करणारा, प्रत्येकाच्या शारीरिक भुका मान्य करूनही त्या अनियंत्रित राहिल्यामुळे होणारा अनर्थ टाळू शकणारा, सूक्ष्म पण विश्वव्यापी आणि जितका अंतर्मुख, तितकाच बहिर्मुख असा मानवधर्म निर्माण होण्याची आवश्यकता उत्पन्न होते. कृष्ण आणि कर्ण यांच्या संवादांत मोरोपंतांनी हाच मानवधर्माचा प्रश्न उपस्थित केला आहे. तेथे त्याचे स्वरूप स्थूल आहे. कारण तत्कालीन मानवी संघर्ष आजच्याइतके गुंतागुंतीचे झाले नव्हते. पण मोरोपंतांकडून आपण केशवसुतांकडे वळलो, की या सनातन आणि दिवसेंदिवस अधिक बिकट होत जाणाऱ्या समस्येचे नव्या युगाला शोभेल असे उत्तर आपल्याला मिळते. 'तेव्हां गेला होता कोठें राधासुता, तुझा धर्म?' या चरणाहूनही अधिक स्पष्ट, तीव्र आणि तेजस्वी वाटणाऱ्या वाणीने केशवसुत तुतारी फुंकू लागतात—

'नीतीचे पद जेथें न ढळे
धर्म होतसे तेथेच स्थिर'

'वैर तयांना, जे गरिबी शिकवितात बालांस'

'ब्राह्मण नाहीं, हिंदुहि नाहीं, न मी एक पंथाचा
तेच पतित कीं जे आंखडिति प्रदेश साकल्याचा'

'अडवतील जर देव तरी
झगडूं त्यांच्याशी निकरीं
हार न खाऊं रतीभरी
देवदानवां नरें निर्मिलें हें मत लोकां कवळूं द्या'
'गतशतकांचीं पापें घोरें—
क्षालायाला तुमची रुधिरें—
पाहिजेत रे! स्त्रैण न व्हा तर!'

या मानवधर्माचा शोध हा केशवसुतांपासून मर्ढेकरांपर्यंतच्या सर्व प्रमुख आधुनिक कवींचा एक महत्त्वाचा काव्यविषय आहे. इंग्रजी आमदानी सुरू झाल्यावर काळ बदलला, परिस्थिती पालटली, जीवनातल्या सुखदु:खांच्या समस्यांनी अत्यंत भिन्न व नवी रूपे धारण केली, सामान्य माणसाची दृष्टी पारलौकिकाकडून ऐहिकाकडे वळली. या सर्वांचा परिणाम भारतीय जीवनावर आणि अर्थातच त्याच्या साहित्यावर अतिशय झाला. टिळक-केशवसुतांपासून कान्त-बोरकरांपर्यंत सर्व कवींच्या निर्मितीत महापुराच्या वेगाने आणि स्वरूपाने धावणाऱ्या या संक्रमण-काळाची स्पष्ट-अस्पष्ट प्रतिबिंबे पडली आहेत. मराठी कविता ओवी-अभंगांकडून उद्धव व पादाकुलक यांच्याकडे वळली आणि तेथून पुढे मुक्तछंदापर्यंत येऊन पोचली किंवा पूर्वी काव्यात ती जे शब्द वापरू शकत नव्हती, त्यांचा आता बिनदिक्कत उपयोग करू लागली या गोष्टींना महत्त्व नाही असे नाही. पण तिच्या वेशभूषेत आणि अलंकारांत कालमानानुसार झालेल्या बदलापेक्षा तिच्या वृत्तीत पडलेला फरक, तिच्या कक्षांचा झालेला विकास, तिच्या आत्म्याने व्यक्त केलेले नवे तेज या गोष्टी अधिक महत्त्वाच्या आहेत. जुन्यातले सौंदर्य आधुनिक काळातही तिने कसोशीने कायम ठेवण्याचा प्रयत्न केला आहे. बी, चंद्रशेखर, बालकवी आणि बोरकर यांच्या या संग्रहातल्या कविता वाचणारांना मुक्तेश्वर आणि रघुनाथपंडित यांच्याच नादमधुर व शब्दसुंदर रसवंतीच्या सहवासात आपण वावरत आहो, असा भास होईल. या आधुनिक कवींच्या कवितेच्या पायांतल्या पैजणांची रुमझुम आणि तिच्या वेशभूषेतली रंगसंगती प्राचीन कवींच्या काव्यापेक्षा कोणत्याही दृष्टीने उणी नाही. उलट, अनुभूतींच्या कक्षा वाढल्यामुळे, मनाच्या सर्व वेदना आणि संवेदना प्रामाणिकपणाने सांगण्याची प्रथा पडल्यामुळे, आधुनिक कवितेला अर्थ, कल्पना, भावना, चित्रण आणि चिंतन

यांचे एक निराळ्या प्रकारचे सौंदर्य लाभले आहे. ती सामान्य मनुष्याच्या अंत:करणाच्या जवळ आली आहे, दैनंदिन जीवनातले उपेक्षित राहिलेले सौंदर्य, सामर्थ्य आणि साधुत्व परोपरीने प्रकट करून दाखविण्याचा ती प्रयत्न करीत आहे.

जुन्या साहित्यशास्त्रातल्या व्याख्यांच्या चौकटीत बसणारे महाकवी आधुनिक कवींत नसतील. विपुल, पल्लेदार अथवा लांबलचक रचना आजच्या कवींच्या हातून निर्माण होत नसेल, पण जगातल्या आणि जीवनातल्या हरतऱ्हेच्या सुरूपतेवर—आणि म्हणूनच हरतऱ्हेच्या कुरूपतेवरही—पूर्वकाळी घातली गेलेली कृत्रिम आवरणे नवी कविता दूर करीत आहे. सामान्य मनुष्याच्या उद्याच्या आशा-आकांक्षा ती आज आपल्या अंत:करणात नाजूकपणाने फुलवीत आहे. आयुष्याच्या प्याल्यातल्या विषमिश्रित अमृताचे घुटके घेऊन, त्याची चव ती लोकांना सांगत आहे, आपल्या उत्कट आणि सौंदर्योपासक मनोवृत्तीच्या बळावर धुमसून राख होऊ पाहणारी जीवनमूल्ये जिवंत व ज्वलंत करण्याकरिता ती धडपडत आहे. नव्या कवींत संतांचे वैराग्य नाही, पण त्यांचा उदार दृष्टिकोन आहे. त्यांच्यात प्राचीन कवींचे परंपरागत पांडित्य नाही, पण पूर्वकवींना अपरिचित असलेला सामान्य मानवाविषयीचा ऐहिक जिव्हाळा आहे.

कवितेचे हे नवे स्वरूप आजही किती विविधतेने सजून आपल्यापुढे येत आहे, याची पूर्ण कल्पना येण्याकरिता 'दैवते मायतात' व 'झंझावात' आणि 'जलद भरुनि आले' व 'पितात सारे गोड हिवाळा' या विद्यमान कवींच्या कवितांच्या दोन जोड्या पाहाव्या. यशवंत व इंदिरा संत यांच्या कविता सर्वस्वी कौटुंबिक आहेत. एका दृष्टीने ते वैयक्तिक अनुभव आहेत. पण घराच्या चार भिंतींनीच पाहिलेल्या कृतज्ञतेच्या आणि विरहार्ततेच्या अश्रूंत आपल्या तरल कल्पकतेने आणि गाढ भावनाशीलतेने या दोन कवींनी किती सर्वस्पर्शी उत्कटता निर्माण केली आहे. यशवन्तांच्या कवितेतली जीवनाची अनुभूती अत्यंत सूक्ष्म, आर्त आणि उदात्त आहे. एका नैसर्गिक कटुसत्याला आपल्या भावसघनतेने आणि चिंतनशीलतेने कवीने इथे किती रोचक रूप दिले आहे! आईबापांनी आपल्यासाठी सोसलेल्या हालअपेष्टांची मुलांना पूर्ववयात कल्पना येऊ नये, उत्तरवयात स्वत: आईबाप झाल्यावर तिची तीव्रतेने जाणीव व्हावी, पण त्यावेळी ज्यांचे पाय आसवांनी धुण्याची इच्छा मनात निर्माण होते, ती मातापितरेच जगात असू नयेत! किती सूक्ष्म, पण किती दारुण दु:ख आहे हे! मानवी जीवन हे केवढे करुण महाकाव्य आहे याची साक्ष यशवन्तांसारखे कवीच अशा कवितांच्या द्वारे आपल्याला पटवू शकतात.

इंदिराबाईंच्या काव्यात जीवनातला विशाल विरोध दर्शविणारी किंवा त्यात खोल बुडी मारून तळाची मौक्तिके वेचून आणणारी चिंतनशीलता नाही. पण त्यांची अनुभूतीसुद्धा अत्यंत दाहक आहे. निसर्ग आणि मनुष्य यांचा आंतरिक नात्याचा

मोठ्या कुशलतेने उपयोग करून या कवितेतील आर्तता त्यांनी वृद्धिंगत केली आहे. त्यांच्या कवितेत झंझावाताचे आणि त्याच्या खांद्यावर बसून क्रीडा करण्याकरता पृथ्वीवर उतरणाऱ्या पर्जन्याचे वर्णन आहे. पण या कवितेच्या पुनर्वाचनाच्या वेळी ओळीओळींतून मनाला बसणारे चटके काही त्या पावसाने कमी होत नाहीत, उलट त्याच्या पार्श्वभूमीवर ते अधिकच दाहक वाटू लागतात.

'जलद भरुनि आले' ही बोरकरांची कविता आधुनिक कविमनाच्या एका नव्या पैलूवर प्रकाश पाडते. प्राचीन कवी कल्पक होते, सृष्टिसौंदर्याकडे आदराने आणि विस्मयाने पाहू शकत होते. पण उपदेश करणारी माता किंवा चित्र-रेखनाकरिता समोर उभी केलेली सुंदर तरुणी या दोनच दृष्टींनी त्यांनी तिच्याकडे पाहिले.

'फुटे तरुवर उष्णकाळ मासीं । जीवन तयासी कोण घाली?' आणि 'कीं पृथ्वीखंड त्या शाळुंखा । अनेक पर्यंत शिवपिंडिका । इंद्रे मांडिलें अभिषेका। गगनपात्रीं बहुधारा ।।,' या सृष्टीशी येणारा माणसांचा संबंध वर्णन करणाऱ्या त्यांच्या प्रमुख पद्धती होत. सृष्टी त्यांची मैत्रीण होऊ शकली नाही. ही नवदृष्टी बोरकरांच्या आणि मर्ढेकरांच्या कवितांत आढळते. 'धूसर हो क्षितिज त्वरित । ढोर पथी अचल चकित । तृण विसरुनि जवळिल ते खिळवि गगनि डोळे' हे बोरकरांचे जितके वास्तव, तितकेच रेखीव चित्रण आणि 'डोकी अलगद घरे उचलती । काळोखाच्या उशीवरूनी' व 'संथ बिलंदर लाटांमधुनी । सागरपक्षी सूर्य वेचिती?' हे मर्ढेकरांचे जेवढे कल्पक, तेवढेच वास्तव वर्णन कुणाला मुग्ध करणार नाही?

◆

कविता हे सर्व ज्ञानपुष्पांचे अत्तर आहे, अशा अर्थाचे उद्‌गार वर्डस्वर्थने काढले आहेत. या संग्रहातील प्रत्येक कविता वाचताना अभ्यासकांना कमी-अधिक प्रमाणात या उक्तीचा प्रत्यय येईलच. पण या अत्तरात नुसता मधुर सुगंध नसतो, त्यातून जीवन उजळविणारे अग्निकणही बाहेर पडतात हे पाहून त्यांना सानंद आश्चर्य वाटेल. आधुनिक कवी जीवनातल्या सर्व सूक्ष्म आणि सुप्त सौंदर्याची पूजा होऊ शकत नाही हे कटू सत्य तो आपल्यापासून लपवून ठेवू इच्छित नाही. केवळ सौंदर्याची निष्क्रिय उपासना हा आज-उद्याचा मानवाचा धर्म होऊ शकत नाही. त्या सौंदर्याला सामर्थ्याची आणि साधुत्वाची जोड दिली पाहिजे हे तो आपल्याला परोपरीने सांगतो. केशवसुतांच्या 'तुतारी'पासून कुसुमाग्रजांच्या 'कोलंबसाचे गर्वगीत' पर्यंत या संग्रहातल्या आठ-दहा कविता तरी अशा आहेत, की ज्यात आधुनिक मराठी कवितेचा हा झुंजार, सामाजिक दृष्टिकोन प्रभावीपणाने व्यक्त झाला आहे. कविमनाचा कोमलपणा आणि त्यांचे वीरत्व हे दोन्ही अशा कवितांत उत्कृष्ट रीतीने प्रतिबिंबित झालेली दिसतात. अबिसीनियावर इटलीने केलेले अन्याय्य आक्रमण हू की चू न करता उघड्या

डोळ्यांनी पाहणाऱ्या ढोंगी पाश्चात्त्य राष्ट्रांचा 'पश्चिमेच्या मारुताचे उच्छ्वास' या कवितेत माधव ज्यूलियनांनी किती रोकड्या शब्दांत समाचार घेतला आहे! मातृभूमीच्या स्वातंत्र्याच्या प्रयत्नांत कपाळी बंदिवास आलेला पाहून 'आता तुझ्या कोमल मूर्तीचं दर्शन मला नको, तुझ्या उग्र स्वरूपाचीच पूजा मला करू दे,' ही विनंती कवितेला सावरकरांनी किती ओजस्वीपणाने केली आहे! बिळात लपणाऱ्या उंदराप्रमाणे संकुचित विचारांच्या, कल्पनांच्या आणि आकांक्षांच्या खुराड्यांत संसार थाटणारांना कोलंबसाच्या तोंडून कुसुमाग्रजांनी केवढा स्फूर्तिदायक संदेश दिला आहे! 'काम आणि आराम'मध्ये एकीकडे भक्ष्य-भक्षक न्यायाची षोड्शोपचारांनी पूजा करीत, दुसरीकडे आपल्या बुद्धिबलाने जगाच्या सुखात भर घालू इच्छिणाऱ्या आजच्या द्विधा झालेल्या मानवाचे सत्यस्वरूप अनिलांनी किती कौशल्याने चित्रित केले आहे!

◆

झाडांना जशी पाने येतात तशी कवीला कविता सुचायला हवी, असे कीट्स म्हणत असे. अशी जीवनातून स्फुरलेली आणि नव्या जीवनाला स्फूर्ती देणारी कविता या संग्रहात निश्चित आहे. या काव्यवाटिकेत ज्ञानेश्वरांपासून मर्ढेकरांपर्यंत विविध वृक्ष डौलाने उभे आहेत. त्यांची उंची, फांद्या, पाने, फुले आणि फळे यांच्यात अनेक साम्य-विरोध आढळतील, पण ते तादृश महत्त्वाचे नाहीत. आजचे मानवी जीवन रखरखणाऱ्या उन्हातून अनवाणी चालणाऱ्या माणसाप्रमाणे त्याच त्या जुन्यापुराण्या कंटाळवाण्या रस्त्याने चालले आहे. त्या जीवनाला या वाटिकेतल्या रम्य, शीतल छायेत क्षणभर विसावा मिळेल. एवढेच नव्हे तर उपवन आणि तपोवन यांचा संगम साधणाऱ्या या भूमीत विश्रांती घेता घेता ते नव्या जीवनधर्माची पाऊलवाट चोखाळण्याची स्वप्ने पाहू लागेल.

शाहुपुरी, कोल्हापूर
१५-१०-४९ **वि. स. खांडेकर**

अनुक्रम

अमृतातेंहि पैजेंसीं जींके

परिचय

'ज्ञानदेवें रचिला पाया' ही बहिणाबाईंची उक्ती भागवतधर्माइतकीच मराठी वाङ्मयाच्या बाबतीतही सार्थ व समुचित आहे. काव्याचे सौंदर्य, तत्त्वज्ञानाचे सामर्थ्य आणि अध्यात्माचे साधुत्व यांचा ज्ञानेश्वरीत संगम झाला आहे. ती मराठी वाङ्मयाची गंगोत्री आहे. सात शतके होत आली तरी अपूर्व कल्पकतेने नटलेली आणि आध्यात्मिक अनुभूतीने ओथंबलेली ज्ञानदेवांची वाणी महाराष्ट्राच्या खेड्यापाड्यांत, देवळारावळांत आणि कानाकोपऱ्यांत प्रतिध्वनित होत राहिली आहे. ती अद्यापही पंडितांच्या बुद्धीला खाद्य पुरवीत आहे; भाविकांच्या तप्त हृदयाला समाधान देत आहे. पांगारकरांचे खालील उद्‌गार ज्ञानेश्वरांच्या प्रतिभेचे अपूर्वत्व उत्कृष्ट रीतीने व्यक्त करतात : 'महाराष्ट्रात मराठ्यांची राज्ये झाली आणि गेली. पुन्हा होतील आणि जातील. पण लक्षावधी लोकांच्या हृदयांत आत्मसुखाची शीतल छाया पाडणारा ज्ञानेश्वरीसारखा देदीप्यमान हिरा हे महाराष्ट्राचे आणि मराठी भाषेचे चिरकालीनतेचे परम ऐश्वर्य आहे. त्यात अंतरंगाचा पूर्ण प्रसाद आहे व वाक्चातुर्याची सीमा आहे. जी जी ओवी समोर येते, ती ती द्राक्षपाक. धर्म, तत्त्वज्ञान, कवित्व, साहित्य साऱ्यांची एक मूस. भेदाची भावना कोठेच नाही.'

तो शांतू चि अभिनवैल । ते परिसयां मऱ्हाटे बोल।
जे समुद्राहीहूनि खोल। अर्थभरित ।।१।।
जैसें बिंब तरि बचकेयेवडे। परि प्रकाशा त्रैलोक्य थोकडे ।
शब्दाची व्याप्ति तेणें पाडे। अनुभवांवी ।।२।।
ना तरि कामितेयाचिया इच्छा। फले कल्पवृक्ष जैसा।
बोलु व्यापकु होये तैसा। परि अवधान देयावें ।।३।।
हे असो कायें म्हणावें। सर्वज्ञ जाणती स्वभावें।

तऱ्हीं नीकेनि चित्त देयावें। हे विनती माझी ।।४।।
जें साहित्य आणि शांती। हे रेखा दिसे बोलती।
जैसी लावण्यगुणयुवती। आणि पतिव्रता ।।५।।
आदिं चि साखर आवडे। आणि ते चि जरि ओखधा जोडे।
तरि न सेवावी कां कोडें। नांवा नांवा ।।६।।
साहाजे मलयानीलु सुंदु। तेया ही होये अमृताचा स्वादु।
आणि तेथ चि जोडे नादु। दैवं गत्या ।।७।।
तरि स्पर्शें सर्वांग जीववी। स्वादें जीभेतें नाचवी।
तेवि चि कानाकरवि म्हणवी। बापु माझा ।।८।।
तैसें कथचें इये आइकणें। एक श्रवणासि होये पारणें।
आणि संसारदुःखा मोकलवणें। विकृतीविण ।।९।।
जरि मैत्रें चि वैरी मरे। तरि वायां कां बांधावें कटारे।
रोगु जाये दूधे ओंगरें । तरि नींबु कां पियावा ।।१०।।
तैसा मनाचा मारु न करितां । इंद्रियां दुःख नेंदिता।
एथ मोक्षु असे आइता । श्रवणांमाझि ।।११।।

माझा मऱ्हाटा चि बोलु कवतिकें। परि अमृतातें ही पैजेसीं जींके!
ऐसीं अक्षरे चि रसिकें। मेळवीन ।।१।।
जिये कोवलिकेचेनि पाडे। दीसति नादिचे तरंग थोकडे।
वधें परिमलाचें बीक मोडे। जेयाचेनि ।।२।।
आइकां रसालपणाचेया लोभा। किं श्रवणिं चि होयि जीभा।
बालें इंद्रियां लागे कलमा। येकमेकां ।।३।।
साहाजें शब्दु तरि विषो श्रवणाचा।
परि रसना म्हणे कां रसु चि हा आमचा।
घ्राणासि भावो जाये परिमलाचा।
हा तो चि कां होईल ।।४।।
नवल बोलतिये रेखेची वाहाणी। दावितां डोलेयां हीं पुरों लागे आणि।
ते म्हणति उघडिली कां खाणि। रूपांची हे ।।५।।
जेथ संपूर्ण पद उभारे । तेथ मन चि धांवे बाहिरें।
बोलुभुजां हीं आशे भरे । आलिंगावेया ।।६
ऐसां इंद्रिये आपुलालां भाविं। झोंबता परि तो सरिसेपणें चि बुझावी।
जैसा एकला जग चेववी। सहस्रकरू ।।७।।
तैसें शब्दाचे व्यापकपण। देखिजे असाधारण।

पाठेयां भावाज्ञां फावति गुण। चिंतामणिचे ॥८॥
हें असो तेयां बोलाचीं ताटे भली। वरि कैवल्यरसें ओगरलीं।
हे प्रतिपति मियां केली। निष्कामासि ॥९॥
आतां आत्मप्रभा नीचनवी। ते चि करूनि ठाणा दिवी।
जो इंद्रियातें चोरुनु जेवी। तेयासी च फावे ॥१०॥
एथ श्रवणाचेनि पांगें। विण श्रोतेयां होआवें लागे।
हें मनाचेनी चि आंगें। भोगिजे गा ॥११॥
आहाच बोलाची वालीप फेडिजे। आणि ब्रह्माचेया चि आंगा घडिजे।
मग सुखेंसीं सुखाडिजे। तेयामाझि ॥१२॥
ऐसे हळुवारपण जरि येईल। तरि चि हें उपेगा जाइल।
यऱ्हविं आघवी गोठि होईल। मूकां बोलतेयाची ॥१३॥
परि तें असो आतां आघवें। न लगे श्रोतेयां कडसावें।
जे एथ अधिकारिये स्वभावे। पूर्णकाम ॥१४॥
जेहीं आत्मबोधाचिया आवडी। केली स्वर्गसंसाराची कुरवंडी।
ते वांचौनु एथिची गोडी। नेणति आणिक ॥१५॥
जैसा वायसीं चंद्रु नोलखिजे। तैसा प्रकृती ग्रंथु हा नेणिजे।
आणि तो हिमांशु जेविं खाजें। चकोरांचे ॥१६॥
तैसा सज्ञानांसि तरि हो ठाउँ । आणि अज्ञानासि आन गाउँ।
म्हणौनि बोलावेया विषो पाहा हो। विशेषें नाहि ॥१७॥

ज्ञानेश्वर

■

सात अभंग

परिचय

जनाबाई या ज्ञानदेवांच्या समकालीन कवयित्री. ज्ञानेश्वरांना उद्देशून 'ज्ञानाचा सागर । सखा माझा ज्ञानेश्वर।। मरोनिया जावें। बा माझ्या पोटा यावें। ऐसें करी माझ्या भावा। सख्या माझ्या ज्ञानदेवा।। जावें ओवाळुनि। जन्मोजन्मीं दासी जनी।।' असे जनाबाईंनी उद्‌गार काढले आहेत. पण त्यांचे सारे आयुष्य नामदेवांच्या घरी दासी म्हणून गेले. साहजिकच जनाबाईंच्या लिहिण्यावर नामदेवांचे संस्कार अधिक झालेले दिसून येतात. या कवयित्रीची अभंगरचना मोठी प्रसन्न व प्रेमळ आहे. त्या अभंगांतली आर्तता मनाला चटका लावल्यावाचून राहत नाही. प्राचीन काळातल्या एका स्त्रीचे कविमन या अभंगांत अधूनमधून प्रतिबिंबित झालेले दिसते.

स्त्रीजन्म म्हणवुनि न व्हावें उदास।
साधुसंतां ऐसें केलें जनीं ।।१।।
संतांचे घरची दासी मी अंकिली।
विठोबानें दिली प्रेमकळा ।।२।।
विदूर सात्त्विक माझिये कुळींचा।
अंगिकार त्याचा केला देवें ।।३।।
न विचारितां कुळ गणिका उद्धरिली।
नामें सरती[१] केली तिहीं लोकीं ।।४।।
ऋषींचीं कुळें उच्चारिलीं जेणें।
स्वर्गावरी तेणें वस्ती केली ।।५।।
नामयाची जनी भक्तीतें सादर।
माझें ते साचार विटेवरी ।।६।।

---

१. मान्य.

सुंदर माझें जातें गे फिरे बहुतेकें।
ओंव्या गाऊं कौतुकें तूं येरे बा विठ्ठला ।।१।।
जीवशिव दोनी खुंटे गे प्रपंचाचे नेटे गे।
लावुनी पांची बोटें गे तूं येरे बा विठ्ठला ।।२।।
सासु आणि सासरा दीर तो तिसरा।
ओंव्या गाऊं भ्रतारा तूं येरे बा विठ्ठला ।।३।।
बारा सोळा गडणी अवघ्या कामिनी।
ओंव्या गाऊ बसूनी तूं येरे बा विठ्ठला ।।४।।
प्रपंच दळण दळिलें पीठ भरिलें।
सासूपुढें ठेविलें तूं येरे बा विठ्ठला ।।५।।
सत्त्वाचें आधण ठेविलें पुण्य वैरिलें।
पाप ते उतूं गेलें तूं येरे बा विठ्ठला ।।६।।
जनी जातें गाइल कीर्त राहिल।
थोडासा लाभ होईल तूं येरे बा विठ्ठला ।।७।।

परधन कामिनी समूळ नाणीं मना।
नाही हे वासना माया केली ।।१।।
तृष्णा हे अधम न व्हावी मजला।
प्रेमाचा जिव्हाळा देई तुझ्या ।।२।।
निरपेक्ष वासना दे गा मज देवा।
आणि तुझी सेवा आवडीची ।।३।।
शांतीची भूषणे मिरविती अंगी।
वैष्णव आणि योगी म्हणावे ते ।।४।।
असो तो अकुळी असो भलते याती।
माथां वंदी प्रीती जनी त्यासी ।।५।।

आंधळ्याची काठी। अडकली कवणें बेटीं ।।१।।
माझिये हरणी। गुंतलीस कोणे रानीं ।।२।।
मुकें मी पाडस। चुकलें भोवें पाहें वास ।।३।।
तुजवीण काय करूं। प्राण किती कंठीं धरू ।।४।।
आतां जीव जाऊं पाहे। धांव घाली माझे आये ।।५।।
माझी भेटवा जननी। संता विनवी दासी जनी ।।६।।

पाणि तेंचि मेघ मेघ तेचि पाणी।
काय या दोन्हीपणीं वेगळीक ॥१॥
माती तेचि धूळ धूळ तेचि माती।
भंडा[1] आणि भिंती काय दोन ॥२॥
साखरीं गोडी गोडी साखरेसी।
थिजलें तुपासी काय दोन्ही ॥३॥
डोळा तें बुबुळ बुबुळ तो डोळा।
शांति ज्ञानकला काय भिन्न ॥४॥
वदन ते ओंठ ओंठ ते वदन।
क्षेम आलिंगन काय दोन ॥५॥
जीभ ते पडजीभ पडजीभ ते जीभ।
आशा आणि लोभ काय दोन ॥६॥
संत तेचि देव देव तोचि संत।
म्हणे जनी मात गोष्टी भिन्न ॥७॥

नाद पडे कानीं। मृग पैज घाली प्राणी ॥१॥
आवडीं अंतरीं। गज मेला पडे गारी ॥२॥
चोख पाहे अंग। दिपे नाडला[2] पतंग ॥३॥
गोडी रस गळा। मच्छ अडकला गळा ॥४॥
गंधें अलि[3] नेला। म्हणे जनी तोचि मेला ॥५॥

पक्षी जाय दिगंतरा। बाळकांसी आणि चारा ॥१॥
घार हिंडते आकाशी। झांप घाली पिल्लांपासी ॥२॥
माता गुंतली कामासी। चित्त तिचें बाळापाशीं ॥३॥
वानर हिंडे झाडावरी। पिलीं बांधुनी उदरीं ॥४॥
तैसी आम्हांसी विठ्ठल माये। जनी वेळोवेळां पाहे ॥५॥

जनाबाई

■

---

१. मातीची न भाजलेली वीट
२. मेला.
३. भुंगा

नल-दमयंती

परिचय

मुक्तेश्वर हे एकनाथांचे नातू. प्राचीन मराठी कवीत त्यांचे स्थान जितके उच्च, तितकेच अपूर्व आहे. प्राचीन कवितेच्या मुख्य परंपरा दोन- एक संत कवींची व दुसरी पंडित कवींची. मुक्तेश्वरांच्या प्रतिभेने यापैकी कुठल्याही चाकोरीचा स्वीकार केला नाही. ते स्वभावत: कालिदासासारख्या अभिजात कवींचे वारस आहेत. आपल्या काव्यविलासाकरिता त्यांनी रामायण-महाभारतांचा आधार घेतला, पण त्यातल्या आध्यात्मिक भागावर मुक्तेश्वरांनी कधीच भर दिला नाही. 'काव्य रचायचे, ते भक्ती किंवा अध्यात्म यांच्या विवेचनासाठीच रचायचे, हा काव्याचा पारमार्थिक हेतू बदलून मुक्तेश्वरांनी आपल्या सगुण सालंकार वाणीने काव्यानंद चाखण्याची चटक रसिक वाचकांना लावली.' हे प्रो. पंगूंचे म्हणणे अक्षरश: सत्य आहे.

मुक्तेश्वरांच्या या भूमिकेमुळे त्यांचे काव्य आधुनिक रसिकांना अधिक जवळचे व हृदयंगम वाटते. महाभारताची पाच पर्वे—आदि, सभा, वन, विराट व सौप्तिक— हाच या कवीच्या प्रतिभेचा सर्वश्रेष्ठ विलास होय. प्रसाद, कल्पकता, भाषाप्रभुत्व, सृष्टीप्रमाणे मानवी मनाशी समरस होण्याची आणि या दोन्हींचे उठावदार वर्णन करण्याची कला इत्यादी गुणांनी मंडित झालेली त्यांची कविता हे मराठी काव्याचे चिरंतन भूषण आहे.

अर्धवस्त्र नेणता इते। खंडोनी गेलें पाहिजे परतें।
ऐसा विचार करुनी चित्तें। विलोकित काननीं ।।१।।
कोशरहित पडलें शस्त्र। तेणें छेदिलें अर्ध वस्त्र।
निद्रिस्त पतिव्रता पवित्र। निर्जन वनीं एकली ।।२।।
त्यागुनी चालिला तो राया। परतोनी पातला त्याचि ठाया।
निद्राभूत देखोनी जाया। जाता जाला मागुता ।।३।।
शिणली पायीं चालतां वाट। उपोषणीं आगळे कष्ट।

चेतनारहित पडे काष्ट। तेंवी निद्रिस्त भूतळीं ॥४॥
म्हणे, हे पतिव्रता निर्दोष। स्पर्शों न शके परका पुरुष।
इचे नेत्रींचा हुताश। भस्म करील दुष्टातें ॥५॥
माझिये आशीर्वचनीं। क्षेम कल्याण वांचो विजनीं।
दुःख न देखवे नयनीं। यालागीं त्यागुनी जातसे ॥६॥
आदित्य रुद्र आणि वसव। अश्विनी मरुत नागदेव।
सप्तऋषी सिद्ध सर्व। धर्मशील रक्षतु ॥७॥
गृहनक्षत्रपंचभूतां। श्वापदें पक्षी वनदेवतां।
वृक्षवल्ली गुल्म लतां। नमन माझें साष्टांगी ॥८॥
धरादेवी तुज नमन। तुजवरी कंटक बहु पाषाण।
दमयंतीचे सुकुमार चरण। छिन्नभिन्न न करावे ॥९॥
तुम्हीं समस्तीं स्नेहभावें। लावण्यलतिके सांभाळावें॥
तुम्हांसी निरवून स्वस्थ जीवें। मी जातसे वनपंथीं ॥१०॥
या परी सांडुनी दमयंती। नैषध गेला अरण्यपंथीं।
स्वल्प उरली असतां रात्री। प्रबोधली पतिव्रता ॥११॥
निकट न देखे भ्रतार। भीमकी करी हाहाकार।
सबळ दाटला अंधकार। भवतें कांहीं दिसेना ॥१२॥
घाबरेपणीं धांवोनी चरणीं। अडखळोनी पडे धरणीं।
मस्तकीं लागोनी पाषाणीं। रक्त वाहे भडभडां ॥१३॥
हांक मारी दीर्घ स्वरें। म्हणे, वल्लभा! धांव कां त्वरें।
मातें सांडोनी पुढारे। पाय कैसे चामकती? ॥१४॥
तुजवरी ठेवूनिया दृष्टि। मी विसरलें दुःख कोटी।
तुझ्या संगी सर्व सृष्टि। सुखभरित मज वाटे ॥१५॥
धांव धांव नैषधराया। केशीं झाडीन तुझ्या पायां।
झाडणें करूनी सांडीन काया। तुजवरूनी आवडी ॥१६॥
पडे उठी; मागुती पडे। दिशा अवलोकुनी चहूंकडे।
'नळा! नळा'! म्हणउनी रडे। आकांतली काननीं ॥१७॥
'प्राणेश्वरा! नळ नरेश!'। मुखें गाजवी हाचि घोष।
उर्ध्व अवलोकी आकाश। रिघों पाहे पाताळीं ॥१८॥
'नमन माझें' म्हणे अनिला!। माझी वार्ता जाणवी नळा।
लोटुनी आणि मजजवळां। श्रेय घेई जीवाचें ॥१९॥
नमन करितसें तुझिया चित्ता। उपजो नेदी निष्ठुरता।
चर हो! तुम्हातें वाहातसें माथां। परतोनी आणा नळातें ॥२०॥

पक्षी हो! तुम्ही पक्षबळ। उडोनी शोधा माझा नळ।
वार्ता सांगोन उतावीळ। शीघ्र आणा मजपाशी ॥२१॥
चक्रवाकाचिया युग्मा। म्हणे 'वेदना ठाऊकी तुम्हां।
नळातें शोधुनियां श्रमा। माझिया हो! परिहरीं' ॥२२॥
मधुकरातें बोले शब्द। तुम्हां प्रिय पुष्पगंध
नळाचा मुखाब्जमकरंद। सेवुनी सांगा शुद्धीतें ॥२३॥
दुःखसमुद्रामाजीं मग्न। संकटी गेला वर सांडुन!।
परी मुखें नुच्चारी अवगुण। निंदा कांहीं बोले ॥२४॥
आठवुनी नळाचे कष्ट। दुःखें होतसे हृदयस्फोट।
नाठवी आपुलें संकट। वनिताश्रेष्ठ दमयंती ॥२५॥
'हा हा महाराज! नळनरेश! मातें होत कां तुझे क्लेश।
तुवां असावें सुखसंतोष। तुझे अरिष्ट मज लागो ॥२६॥
माझा पतिव्रताधर्म। तुतें सर्वदा करूं क्षेम।
तुझे अवदशेचा श्रम। सर्व हो कां मजलागी ' ॥२७॥
ऐशी मुखीं गाजवी ध्वनी। अश्रुधारा गळती नयनीं।
मार्गरहित वनोपवनीं। कोमल पायीं चामके ॥२८॥
वाहळ वोहळ दरे दरकुटे। विवरें कुहरें गिरिकपाटें।
वनें भयानकें कष्टें। लंघूनियां जातसे ॥२९॥
विशाळ देखोनी पर्वत। तया करूनियां प्रणिपात।
पुसे, 'नैषध प्राणनाथ। येणे मार्गें देखिला' ॥३०॥
अशोक वृक्ष देखोनि त्यातें।। प्रार्थूनी पुसे जोडिल्या हस्तें।
'नळाची शुद्धि सांगोनी मातें। अशोक करी अशोका!' ॥३१॥
अनेक श्वापदांचिया थाटी। भयें कोणी न येती निकटी।
म्हणती, पतिव्रता दृष्टी। भस्म करील आमुतें ॥३२॥
पुढें प्रचंड वनकेसरी। त्यातें विनवी जोडुनी करीं।
म्हणे, 'कृपा करोनी माझे शिरीं। नैषध सांग केउता? ॥३३॥
सव्य घालुनी पद्मनयना। केसरी गेला विशाल वना।
पुढें जातां तापसारण्या। देखती जाली ती वनीं ॥३४॥
अमृतोदकें देव तटिनी। तैशी सरिता प्रवाहे जीवनीं।
माजी विकासल्या नलिनी। श्वेत रक्त बहुवर्ण ॥३५॥
तेथें हंस कारंडक। चकोर मयूर चक्रवाक।
सदां फळीं फुलले रूख। आम्रजंबूपनसादी ॥३६॥
बैसल्या तपोधनांच्या श्रेणी। जपी तपी अनुष्ठानीं।

एकांतनिष्ठ ध्यानीं। 'सोऽहमस्मि' या लक्षीं ॥३७॥
वसिष्ठ अत्री भृगु ऋषी। तयांसमान तपोराशी।
दृष्टी देखोनी मानसीं। परम विश्रांती पावली ॥३८॥
तयांते करुनी नमस्कार। विदित केला समाचार।
ऋषी म्हणती, 'वो साचार। सर्व आम्ही जाणतसों ॥३९॥
आतां चिंता त्यागी चित्तें। शीघ्र भेटशी वल्लभातें।
तुमचें ऐश्वर्यपद तुम्हां तें। प्राप्त होईल जाण पां ' ॥४०॥
ऐसें वदोनी ते क्षणीं। अदृश्य जाले सिद्ध मुनी।
नदी ना ते वृक्ष नयनीं। एकही तेथें दिसेना ॥४१॥

मुक्तेश्वर
■

तुका म्हणे

परिचय

सर्व संतकवी आपापल्या परी थोर आहेत; पण समाजाच्या विविध थरांत प्रसार पावणे, त्याच्या अगदी तळापर्यंत जाऊन झिरपणे, त्याच्या दैनंदिन जीवनात त्याला धीर देण्याकरिता धावून येणे ही कार्ये इतर संतांपेक्षा तुकारामांच्या वाणीने अधिक प्रमाणात केली आहेत, असे म्हटले तर त्यात मुळीच आतिशयोक्ती होणार नाही. त्यांची अभंगरचना इतकी प्रासादिक आहे, की एखाद्या निर्मल जलाशयाच्या तळाशी पडलेली वस्तू जशी बाहेरून पाहणाराला क्षणार्धात दिसते तसा त्यांच्या अनुभवातला आणि उपदेशातला जिव्हाळा वाचकाला तत्काळ जाणवतो. मनुष्य स्वभावत: प्रापंचिक आहे, तो पारमार्थिक नाही हे ओळखूनच तुकोबा त्याला मार्गदर्शन करतात. कुठे साधा विनोद, कुठे बोचक उपरोध, कुठे चपखल व्यावहारिक दृष्टान्त, जरूर तिथे प्रेमाने गोंजरायचे, जरूर तिथे चाबकाचा फटकारा मारायचा, अशी त्यांची पद्धती आहे. या विविध गुणांमुळेच गेली तीन शतके बहुजनसमाजाला ते आपल्या आप्तासारखे वाटत आले आहेत. त्यांच्या काव्यकर्तृत्वाच्या बाबतीत प्रो. शं. गो. तुळपुळे यांचे खालील उद्‌गारही मननीय आहेत.

'दया, क्षमा, शांती इत्यादी नैतिक गुणांवर तुकारामांचा भर असून 'भूतांचे पालन' व 'कंटकाचे निर्दलिन' हीच दया असा त्यांच्या धर्मनीतीचा व्यवहार आहे. पापपुण्य, धर्माधर्म, सोवळेओवळे यासंबंधीच्या त्यांच्या कल्पनाही रूढ नसून परमार्थास पोषक अशा आहेत. परस्त्री आणि परद्रव्य यांच्या विटाळापासून जो दूर, तोच खरा सोवळा, परोपकार हेच पुण्य व परपीडा हेच पाप, संतसंग हाच स्वर्गवास व स्वैराचार हाच नरक, याप्रमाणे त्यांच्या सर्व नैतिक विचारांचे अधिष्ठान परमार्थ हे आहे.'

बळें बाह्यात्कारें संपादिलें सोंग, नाहीं जाला त्याग अंतरींचा;

ऐसें येतें नित्या माझ्या अनुभवां, मनासी हा ठावा समाचार;
जागृतीचा नाहीं अनुभव स्वप्नीं, जातों विसरूनी सकळ हें;
प्रपंचाबाहेरी नाहीं आलें चित्त, केले करी नित्य वेवसाय;
तुका म्हणे मज भोरप्याची परी, झालें सोंग वरी आंत तैसे; १
तुम्हांपाशीं आम्ही येऊनियां काय? -वृथा सीण आहे चालण्याचा;
मागावें हे अन्न तरी भिक्षा थोर, वस्त्रासी हे भार चिंध्या बिदीं;
निद्रेसी आसन उत्तम पाषाण, वरी आवरण आकाशाचें;
तेथें काय करणें कवणाची आस? वाया होय नाश आयुष्याचा;
राजगृहा यावे मानाचिये आसे, तेथें काय वसे समाधान?
रायाचिये घरीं भाग्यवंता मान, इतरां सामान्यां मान नाहीं!
देखोनियां वस्त्रेंभूषणांचे जन, तात्काळ मरण येतें मज;
ऐकोनियां मानाल उदासता जरी, तरी आम्हां हरि उपेक्षीना;
आतां हेचि तुम्हां सांगणें कौतुक, भिक्षेऐसें सुख नाहीं नाहीं!
तप व्रत याग महा भले जन, आशाबद्ध हीन वर्ततातीं;
तुका म्हणे तुम्ही श्रीमंत मानाचे, पूर्वीच दैवाचे हरिभक्त. २

वृक्ष वल्ली आम्हां सोयरीं वनचरें, पक्षीही सुस्वरें आळवीती,
येणें सुखें रुचे एकांताचा वास, नाहीं गुण दोष अंगा येत;
आकाश मंडप पृथिवी आसन, रमे तेथें मन क्रीडा करी;
कंथाकमंडलु देह उपचारा, जाणवितो वारा अवसरु;
हरिकथा भोजन परवडी विस्तार, करोनि प्रकार सेवूं रुची,
तुका म्हणे होय मनासी संवाद, आपलाचि वाद आपणांसी. ३

आली सिंहस्थपर्वणी, न्हाव्यां भटां झाली धणी;
अंतरीं पापाच्या कोडी, वरीवरी बोडी डोई दाढी;
बोडिलें तें निघालें, काय पालटले सांग वहिलें;
पाप गेल्याची काय खुण, नाहीं पालटले अवगुण;
भक्तिभावेंविण, तुका म्हणे अवघा सीण! ४

आंधळ्यासि जन अवघेचि आंधळे, आपणासि डोळे दृष्टी नाही!
रोग्या विषतुल्य लागे हें मिष्टान्न, तोंडासि कारण चवी नाही!
तुका म्हणे शुद्ध नाहीं जों आपण, तया त्रिभुवन अवघें खोटें!५

दह्याचिया अंगीं निघे ताक लोणी, एका मोलें दोन्ही मागों नये!
आकाशाचे पोटीं चंद्र तारांगणें, दोहींशी समान पाहों नये!
पृथ्वीच्या पोटीं हिरा गारगोटी, दोहींसी संसाटीं करूं नये!
तुका म्हणे तैसे संत आणि जन, दोहींशी समान भजूं नये. ६
परिसें गे सुनेबाई, नको वेचू दूधदहीं
आवा चालिली पंढरपुरा, वेसीपासुनी आली घरा
ऐकें गोष्टी सादर बाळे, करी जतन फुटलें पाळें
माझे हातींचा कलवडू, मजवांचूनि नको फोडूं
बळवट क्षीराचें लिंपन, नको फोडूं मजवांचून
उखळ मुसळ जातें, माझें मन गुंतलें तेथें
भिक्षुक आल्या घरा, सांग गेली पंढरपुरा!
भक्षीं परिमित आहारूं, नको फारसी वरो सारूं
सून म्हणे बहुत निकें, तुम्हीं यात्रेसी जावें सुखें
सासुबाई स्वहित जोडा, सर्व मागील आशा सोडा
सूनमुखींचें वचन कानीं, ऐकोनि सासू विवंची मनीं
सवतीचे चाळे खोटे, म्यां जावेंसें इला वाटे!
आता कासया याने जाऊं, काय जाऊनि तेथें पाहूं?
मुलें लेंकरें घरदार, माझें येथेंचि पंढरपुर!
तुका म्हणे ऐसें जन, गोविलें मायेंकरून ७

काय बा करिसी सोवळेओवळे, मन नाहीं निर्मळ, वाउगेचि?
काय बा करिसी पुस्तकाची मोट, घोकितां हृदयस्फोट हाता नये!
काय बा करिसी टाळ आणि मृदंग, जेथें पांडुरंग रंगला नाहीं!
काय बा करिसी ज्ञानाचिया गोष्टी, करणी नाहीं पोटीं बोलण्याची!
काय बा करिसी दंभ लौकिकातें, हित नाहीं मात तुका म्हणे ८

तुकाराम

■

कृष्ण आणि कर्ण

परिचय

पंडित कवींविषयीच्या चर्चेत मोरोपंतांच्या कवितेइतकी रणे दुसऱ्या कुणाच्याही काव्यावर झाली नसतील. क्लिष्टतेचा, रसशून्यतेचा, यमकामागून यमके जुळवून कवितेची विटाळी पाडीत जाण्याचा, एक ना दोन, असले अनेक आक्षेप मोरोपंतांच्या बाबतीत घेतले गेले आहेत. सुदैवाने विष्णुशास्त्री चिपळूणकरांपासून प्रो. बनहट्टीपर्यंत अनेक चतुर वकिलांनी कवीची कैफियतही दिली आहे.

मोरोपंतांच्या काव्यगुणांचे मूल्यमापन करताना त्यांचा पेशा, परिस्थिती व प्रकृतिधर्म या सर्वांचा साकल्याने विचार केला पाहिजे. पुराणिकाच्या पेशाचा त्यांच्या काव्यविषयक कल्पनांवर निश्चित परिणाम झाला आहे. लावण्या, पोवाडे हे जसे त्या काळातल्या मराठमोळ्या समाजाचे मनोरंजनाचे साधन होते, तसे मोरोपंतांसारख्याचे कवित्व हे पांढरपेशा समाजाच्या विनोदनाचे आणि उद्‌बोधनाचे महत्त्वाचे स्थान होते. कथा-कीर्तने हा त्यावेळच्या मध्यम वर्गातील स्त्री-पुरुषांचा केवळ विरंगुळ्याचा विषय नव्हता, ते त्यांचे बौद्धिक खाद्य होते. त्यांच्या धार्मिक भावनांना उजाळा मिळण्याची जागाही तीच होती. त्या काळी हा वर्ग संस्कृतशी निकट संबंध असलेला, सामान्यत: व्युत्पन्न असाच असे. लहान मुलालाही सहज समजेल, अशा काव्यापेक्षा ज्याचा अर्थ सांगून आपल्याला श्रोत्यांना चकित व आनंदित करता येईल असे कवित्व त्या वेळच्या हरिदासांनाही धंद्याच्या दृष्टीने अधिक प्रिय असावे. मोरोपंतांची कविता या परिस्थितीत घडविली गेली आहे.

संतकाव्य आणि आधुनिक कविता यांच्या कसोट्या बाजूला ठेवल्या तर कल्पनाचातुर्य, रचनेची विदग्धता, असामान्य भाषाप्रभुत्व, रसनिर्मितीची शक्ती, इत्यादी पंतांचे अनेक गुण आजच्या वाचकांच्या डोळ्यांत भरल्यावाचून राहणार नाहीत.

तो वृष भूमिग्रस्तस्यंदनचक्रासि उद्धरायातें
उतरे स्वरथाखालें, करुनि असें तुमुल युद्ध राया! तें. १
उद्धरण करूं पाहे कर्ण भुजाहीं धरूनि चक्राचें,
परि पृथिवी सोडीना; जाणो व्रत घेतलें चि नक्राचें! २
सप्तद्वीपा पृथ्वी वृष उचली च्यार अंगुळें वरतीं,
बडिशासि जसी मत्सी नुगळी चक्रासि, कांपली, पर ती. ३
सद्रसना नामातें कीं, सोडी बंधुता न दायातें,
तैसी क्षिति चक्रातें; श्रम झाला फारसा तदा यातें. ४
त्या व्यसनीं तो पाणी आणी नेत्रासि वृष, म्हणे, 'हाय!'
काय करील? न साहे तें; बहु मर्मींहि साहिले घाय.५
स्ववधोद्यतार्जुनातें कर्ण म्हणे, "बळ तुझे अनंत रहा
स्वस्थ मुहूर्तभरि; रणश्रद्धा पुरवील गा! अनंतर हा. ६
रक्षावा धर्म बुधें, कुशळांचा धर्म हा निधी; राहें
स्थिर; जें करिसि निरायुधमथन करिल धर्महानि धीरा! हें ७
रथचक्र उद्धरूं दे; श्रुतिशास्त्रज्ञा! महारथा! कुळज्या!
साधु न हाणिति अरिला, पाहति अधृतयुध व्यथाकुळ ज्या ८
जी कीर्ति पूर्वजांची, वृद्धिमती करिति पुनरपी कवि ती;
यश बुडउनि अयशातें सुकुळक्षेत्रांत कुनर पिकवीती.९
सत्पुरुषा! न करावे कापुरुषाचीर्ण कर्म, थांब कसा;
हो राजहंस; होसी मलिनें कर्में करूनि कां बकसा?१०
तूं वेदांतावभृथस्नात ख्यात स्वसत्क्रियायुक्त,
दिव्यास्त्रज्ञा! नाही स्वगुरूंचे विसरलासि तू उक्त. ११
तूं स्वरथीं क्षितिघरी मीं, तूं सायुध मी अशस्त्रकवच रणीं,
न वधावें मज जों मीं रथचरणीं, लाग तूंहि भवचरणीं. १२
भ्यालों न तुज हरिस ही; जो न तुला विमुख काय कातर तो?
कथितों यास्तव कीं, जन धर्में भवसिंधु नायका तरतो?"१३
कृष्ण म्हणे, "राधेया! भला बरा स्मरसि आजि धर्मातें;
नीच व्यसनीं बुडतां निंदिति देवासि, न स्वकर्मातें; १४
जेव्हां तूं दुर्योधन दुःशासन शकुनि एकमति झालां,
कैसे कपटद्यूतीं चित्तीं हि न धर्म लंघितां भ्यालां? १५
जेव्हां सभेसि नेली पांचाळी, मानिलें मनीं शर्म,
तेव्हां गेला होता कोठें राधासुता! तुझा धर्म? १६

राज्य न देसी, करवुनि वनवासाज्ञातवास ही, जेव्हां,
गेला होता कोठें धर्म तुझा सूतनंदना! तेव्हां? १७
केले दग्ध जतुगृहिं त्वां पांडव वारणावतीं जेव्हां,
गेला होता कोठें धर्म तुझा सूतनंदना! तेव्हां? १८
चारुनि विषान्न भीमा सर्प डसविले नृपें; असें खोटें
कर्म करवितां, कर्णा! होता तव धर्म तेधवां कोठें? १९
फेडी वस्त्र सतीचें जेव्हां उघडें करावया आंग,
गेला होता कोठें धर्म तुझा तेधवां वृषा? सांग. २०
खरदुर्वाक्यशरशतें भेदित होतासि जेधवां मर्म,
तेव्हां गेला होता कोठें राधासुता! तुझा धर्म? २१
अभिमन्यु बाळ बहुतीं वधितां त्वां वारिलें न तें कर्म,
तेव्हां गेला होता कोठें राधासुता! तुझा धर्म? २२
पूर्वी धर्म न रुचला, त्यजिला निपटूनि तो जसा कुचला,
आतांचि बरा सुचला? धर्मगृहा, सर्व व्हा परासु, चला. २३
नळ होय धर्मराजा, कळहोत्सुक पुष्करहि तुम्ही सर्व
बळ होतें सत्याचे, खळ हो! तुमचा न चालिला गर्व. २४
मागे चि तुम्हीं भजतां धर्माला तरि तुम्हांसि वांचवितां.
आतां मरा; न वांचे दीप्तगृहीं जो न तोय सांचवितां. २५
मागें चि धर्म करितां, जरि देतां राज्य, धर्म वांचवितां.
न जगे तो दुर्भिक्षव्यसनापूर्वीं न धान्य सांचवितां. २६
आतां रक्षील कसा धर्म, तुम्हीं वित्तमद्यमत्तांनीं
जो लोटिला दहादां स्वहितहि मानूनि अहित लत्तांनी. २७
रक्षावा धर्म असा करिसी उपदेश, तरि असे मान्य.
रक्षितसों धर्मातें, आम्हांला धर्म ठाउका नान्य. २८

मोरोपंत

■

सवाई माधवराव यांचा मृत्यू

परिचय

प्रभाकर शाहीर यांचे संपूर्ण नाव प्रभाकर जनार्दन दातार. हा दुर्दैवी कवी पेशवाईच्या उत्तर काळात जन्माला आला व इंग्रजी राज्य दृढमूल झाल्यानंतर दिवंगत झाला. खर्ड्याच्या लढाईवर तेजस्वी पोवाडा लिहिणाऱ्या या शाहिरावर पोटासाठी सटरफटर लोकांवर कवने करण्याची पुढे पाळी आली.

पोवाडे, लावण्या व देवादिकांवर रचलेल्या कविता हे प्रभाकरांच्या कवितेचे तीन विभाग होत. या तीनही विभागांत त्यांची कल्पकता, भाषाप्रभुत्व, वर्णनकौशल्य आणि भावनांना आवाहन करण्याचे सामर्थ्य दिसून येते.

कमि नव्हते पृथ्वींत अवंतर प्राणी न्यायाला।
औक्ष कसें कमि झालें सवाइ माधवरायाला ।।ध्रुवपद।।
बाईसाहेब कल्पांत जिवाचा तळतळूनी करती।
कां ग कुळस्वामिणी कोपलिस आजी मजवरती
पतिपूर्वी सौभाग्यवत्या ज्या पुत्रवत्या मरती।
इहलोकी परलोकीं धन्य त्या कुळास उद्धरती।
कसें माझें दुर्दैव उपजलें चांडाळिण पुरती।
म्हणुन श्रीमंत प्रभुची मजला अंतरली मूर्ति ।।चाल।।
निरोगी सातसहस्त्र उंट न पार स्वामीचे।
वीस सहस्त्र तुरग निवडक भीमथडी ग्रामीचे।
सबल दोनशें नव्वद कुंजर विशाल हरकामीचे।।
(चाल) म्हशी दोन सहस्त्र कंठिहार बाणीच्या।
सहा सहस्त्र गाई फारतरी वाणीच्या।
कांही सफेत कपिला व्याघ्रांबर खाणीच्या ।।(चाल पहिली)।।

बैल बारा सहस्र एवढ्या जिवांस खायाला।
कोण श्रीमंतावांचुन दुसरा समर्थ द्यायाला ।।कमि नव्हते०।।१।।
परिक्षिताला मरण यावें काय ब्राह्मण शापानें।
दंश करावा काय किडीच्या तक्षक सापानें।
तसेंच जहालें काय प्रभूंना कोणाचे कोपानें।
संकट पडलें काय दिलासेल जिव संतापानें।।
जांवई पहाले काय श्रीमंत माझ्या बापानें।
वाटे आतां वैराग्य होइल काय ह्या अनुतापानें ।।चा०।।
एकवीस वर्षे पूर्णमासावर सवा पांच, अग।।
दिसं दिवस भाग्याचा उदय हे दयाळुमहाराज ग।।
अंतरले ते मला आतां आण जहर तरी पाज ग ।।चा०।।
ईश्वरा कशी मजवर आग पाखडलिस।।
आयुष्य दोरि तूं मधेच कातरलिस।।
कां पेशव्यांची ही वंशवेल खुडलिस ।।चा०।।
अपार दिधलिस संपदा सुख भोगायला।
शतायु केलेंस नाहीं तसें हरी प्राणविसांव्याला।। कमि नव्हते०।।२।।
हरिघरचा नाहीं नेम टळाचा परंतु हा टळला।
पहा पहिल्या प्रहरांत सूर्यनारायण मावळला ।।
गरिब गाईवर विशाल पर्वत समूळ कोसळला।
वंशवनावर चहुंकडून क्षयदावाग्नी वळला।।
बाळाजी विश्वनाथ तारक सर्वांना मिळला।
रत्नदीप झळझळीत केवळ कुळांत पाजळला ।।चा०।।
काशीबाई ती धन्य सती रावबाजी पुत्र प्रसवली।
छत्तीस महिने लढुन वसई पुढें आपांनीं वसविली।।
दक्षण साडेसहा सुभ्यांत सरदेशमुखी बसविली ।।चा०।।
नानांची कंची वासना नाहिं राहिली।।
पुरुषार्थ करून दादांनी अटक पाहिली ।।
भाऊंनीं कुरुक्षेत्रास कुडी वाहिली ।।चा०।।
रणीं जागा विश्वासरायें तीं पाहिली निजायाला।
जनोबास मारून मुठ काय मिळाले बायाला ।।कमि नव्हते०।।३।।
दर रिकिबीस तलवार जरब सर्वांवर दाबाची।
हुकूम मोडिल कोण कठिण मेहेनत रावसाहेबांची ।।
निवडक चाळिस सहस्र बरोबर फौज कराराची।

शौर्य तेज पाहून छाती तडके नबाबाची।।
कावेरी उत्तर तीर हद ठरवून शिवाराची।
भोसल्याची रग जिरवुन धरली आस हेरंबाची ।।चा०
थेवरास तें समाप्त होतां वैरी फिरून पोसती।।
वीर पदरचे दिलगिर सारे रायाविन असती।।
करून निर्वानिरव रमाबाईसाहेब गेलि सती ।।चा०।।
नंतर नारायणराव तें पद पावले।।
दहा महिने मात्र सौख्याचे दिवस दावले।।
गारद्यांस दुपारी अडचणीत धावले ।।चा०।।
घाबरून चुलत्यांचीच गेले पाठ रिघायला।
ढकलुन देतां क्षणीं साधली संघ शिपायाला।। कमि नव्हते०।।४।।
झाला जन्म त्या कुळांत माझ्या बाई राजेंद्राचा।
केवळ माधव मूर्ति म्हसोबा नव्हे शेंदराचा।।
अणीक मंत्री मर्द मराठा बंद्रोबंद्रांचा।
ऐरावत बांधून आणतिल प्रसंगिं इंद्राचा।।
येथे न चाले यत्न ब्रहस्पती भार्गव चंद्राचा।
उपाय असता तरी न मरता बाप रामचंद्राचा ।।चा०।।
हरहर जगन्निवासा, अतां काय करूं।।
पोटीं जरीं एक झालें असतें राजबीज लेकरूं।।
राज्य न बुडतें मी मात्र मरत्यें शोक सदां कर करूं।।चा०।।
पुढें काळ, सख्यांनो, कसा मी घालवूं।।
हिरकणी कुटुन जाऊं पाण्यामधे घालवूं।।
ती पिउन पौढत्यें नका मज हालवूं ।।चा०।।
जा समया मालवून आपल्या घरास न्हायाला।
जिवंत मी असल्यास उद्यां या नेत्र पुसायाला ।। कमि नव्हते ।।५।।
धन्य वंश एकेक पुरुष कल्पवृक्ष पिकले।
शत वर्षे द्विज पक्षी आनंदें त्या तरुवर टिकले।
जलचर हैदर नबाब सन्मुख रण करितां थकले।
ज्यांनी पुण्याकडे विलोकिलें ते संपत्तिला मुकले।
असे प्रभु कसे अमर कराया ब्रह्मदेव चुकले।
गहन गती कर्माची सर्व जण पूर्वी फळ विकलें ।।(चाल)।।
संपविला अवतार धन्यांनीं म्हणे गंगु हैबती।
ध्वज पडले उलथुनी थडकल्या सुरुसाहेब नौबती।

कोण करिल प्रतिपाळ तूंर्त मुलुखास लागली बती ।।(चाल)।।
महादेव गुणीराज श्रुती गादिचे।
नवें नुतन नव्हती शाईर जदिप वादिचे।
पीळ पेच अर्थ अक्षरांत वस्तादिचे ।।(चाल पहिली)।।
प्रभाकराचे कवन तिष्ठित सभेंत गायाला।
अशा कवीची बूज नाहीं कोणी करायाला ।।कमि नव्हते० ।।६।।

प्रभाकर

■

तुतारी

परिचय

कादंबरीक्षेत्रात जो मान हरिभाऊ आपट्यांचा, तोच आधुनिक कवितेत केशवसुतांचा. त्यांच्या प्रतिभेच्या स्पर्शाने मराठी काव्याचा जणूकाही कायापालट झाला. नवे विषय, नवी वृत्ते, नव्या कल्पना आणि नव्या भावना यांचा त्यांनी कसोशीने पुरस्कार केला, उत्कटतेने आविष्कार केला. 'नव्या मनूंतिल नव्या दमाचा शूर शिपाई आहें' हे त्यांचे उद्‌गार कवितेच्या क्षेत्रापुरते त्यांना स्वत:ला अक्षरश: लागू पडतात. त्यांची कविता आत्मलक्षी आहे पण ती आत्मकेंद्रित नाही. व्यक्तीच्या सुखदु:खाइतके ते समाजाच्या वेदना-संवेदनांशी समरस होतात. फुलपाखरू पाहून त्याच्याभोवती घुटमळणारे त्यांचे मन 'झपूर्झा'मध्ये ज्ञाताच्या कुंपणावरून पलीकडे जाण्याचा प्रयत्न करते. विद्याभ्यासाकरिता पुण्याला आल्यावर घराची आठवण होऊन ते जितक्या व्याकूळतेने 'तातास या बघुनिया हृदयांत खातें। होऊन हें हृदय विव्हल सर्व जातें। त्याच्या तरी पदयुगावरि या पडूनी। न्हाणूं तयास मग का वद आसवांनों?' असे उद्‌गार काढतात, तितक्याच त्वेषाने 'वैर तयाला थप्पड बसतां चोळिति जे गालास। वैर तयाला जे गरिबी शिकवितात बालांस' असे तळमळीचे बोल त्यांच्या तोंडातून बाहेर पडतात.

केशवसुत दिवंगत होऊन जवळजवळ दोन पिढ्या होत आल्या. तथापि त्यांच्या कवितेविषयीचे पंडितांचे कुतूहल आणि रसिकांचे प्रेम अद्यापि ओसरलेले नाही. हरिभाऊंच्या काही कादंबऱ्यांप्रमाणे केशवसुतांच्या पंचवीस-तीस कविताही पिढ्यान् पिढ्या महाराष्ट्रात लोकप्रिय राहतील.

एक तुतारी द्या मज आणुनि
फुंकिन मी जी स्वप्राणानें,
भेदुनि टाकिन सगळीं गगनें—
दीर्घ जिच्या त्या किंकाळीनें;

अशी तुतारी द्या मजलागुनि. १
अवडम्बरलीं ढगें कितीतरि
रविकिरणांचा चूर होतसे,
मोहोर सगळा गळुनि जातसे,
कीड पिकांवरि सर्वत्र दिसे!
गाफीलगिरी तरिही जगावरि! २
चमत्कार! 'तें पुराण तेथुनि
सुन्दर, सोज्वळ, गोडें, मोठें!'
'अलिकडलें ते सगळें खोटें!'
म्हणती, धरुनि ढेरीं पोटें!'
धिक्कार अशा मूर्खांलागुनि! ३
जुनें जाउं द्या मरणालागुनि,
जाळुनि किंवा पुरुनि टाका,
सडत न एक्या ठायीं ठाका,
सावध! ऐका पुढल्या हाका!
खांद्यास चला खांदा भिडवुनि! ४
प्राप्तकाल हा विशाल भूधर
सुन्दर लेणीं तयांत खोदा,
निजनामें त्यांवरतीं नोंदा
बसुनी कां वाढवितां मेदा!
विक्रम कांहीं करा, चला तर! ५
निसर्ग निर्घृण, त्याला मुरवत—
नाहीं अगदीं पहा कशाची!
कालासह जी क्रीडा त्याची,
ती सकलांला समान जाची—
चुरूनि टाकी प्रचंड पर्वत! ६
संघशक्तिच्या भुईंत खंदक
रुंद पडुनि शें तुकडे झाले,
स्वार्थानपेक्ष जीवीं अपुले
पाहिजेत ते सत्वर भरले—
घ्या त्यांत उड्या तर बेलाशक! ७
धार धरलिया प्यार जिवावर
रडतिल रडोत रांडा पोरें

गतशतकांची पापें घोरे
क्षालायाला तुमचीं रुधिरें-
पाहिजेत रे! स्त्रैण न व्हा तर! ८
धर्माचे माजवूनि डम्बर
नीतीला आणिती अडथळे,
विसरुनियां हें जातात खुळे,
नीतीचें पद जेथें न ढळे—
धर्म होतसे तेथेंच स्थिर. ९
हल्ला करण्या तर दंभावर-तर बंडावर
शूरांनो! या, त्वरा करा रे!
समतेचा ध्वज उंच धरा रे!
नीतीची द्वाही पसरा रे!
तुतारिच्या ह्या सुराबरोबर! १०
पूर्वीपासुनि अजुनि सुरासुर
तुंबळ संग्रामाला करिती;
सम्प्रति दानव फार माजती,
देवांवर झेंडा मिरवीती!
देवांच्या मदतीस चला तर! ११

केशवसुत
∎

तारातरङ्ग

परिचय

चंद्रशेखरांची कविता वाचताना एखादी सुंदर शिल्पकृती पाहत असल्याचा भास होतो. तिच्या चरणाचरणांतून त्यांची कलादृष्टी प्रतीत झाल्यावाचून राहत नाही. पांडित्य व रसाळपणा यांचा सहसा न घडणारा संगम त्यांच्या काव्यरचनेत झाला आहे. 'काय हो चमत्कार' या खंडकाव्यातील जिऊचे वर्णन करणाऱ्या खालील दोनच आर्या पाहाव्यात-

गोधूम वर्ण तीचा हरणाच्या पाडसापरी डोळे
स्नेहाळ वदन नामी, प्रसन्न विधुबिंब जेंवि वाटोळें
तो केशपाश काळा भाळावरि लांब आडवें कुंकू
जणुं म्हणति शब्द तीचे आम्ही कोकिलरवासही जिंकूं

या आर्यांत मोरोपंतांचे भाषाप्रभुत्व आहे, पण त्यांची क्लिष्टता नाही. जणू मुक्तेश्वरच आपल्या प्रासादिक वाणीने आर्यावृत्तांत रचना करायला प्रवृत्त झाले आहेत असे त्यांचे हे खंडकाव्य वाचताना वाटते. त्यांच्याविषयी प्रसिद्ध टीकाकार माडखोलकर यांनी पुढील उद्‌गार काढले आहेत. 'चंद्रशेखरांचे शब्द इतके मृदु आणि रसगर्भ असतात की, त्यांचे सौष्ठव पाहून कमलांची कांती हरपावी; त्यांची रचना इतकी घोटीव असते की, तिच्या आरस्पानी अंगातून ध्वन्यर्थाच्या छटा विविधतेने झळाळतात आणि वागर्थांचे अद्वैत त्यांच्या कवितेत इतके सुंदर साधलेले असते की, त्याच्या मानाने भारवीचे क्लिष्ट अर्थगौरव साहजिक रूक्ष वाटते.''

विचार हा चंद्रशेखरांच्या कवितेचा आत्मा आहे. पण तो विचार बहुधा रम्य, भव्य, गंभीर अथवा उदात्त असतो. त्यामुळे त्यांची कविता भावप्रधान नसली तरी तिला केवळ बौद्धिक क्रीडेचे किंवा कल्पनांच्या कसरतीचे स्वरूप येत नाही. ती वाचकाला शांत, गंभीर अशा वातावरणात किती लीलेने नेऊन सोडते, हे 'तारातरङ्गा'-वरून दिसून येईल.

कृष्णरात्रीचिया कृष्णपीठावरी
कृष्णआकाश हे कृष्णछत्रापरी;
त्यात कोट्यावधी तारकांचे हिरे
लाविले, ज्यांमधी दिव्य तेच स्फुरे १
कृष्ण ते जीतुके, शुभ्र हे तीतुके,
स्थूल ते जीतुके, सूक्ष्म हे तीतुके;
अंबरे तारका शोभती सुंदर,
तारकांही दिसे शोभिवंतांवर. २
ज्यामधी शांतसा कांतिचा संग्रह
दीसताहे, असे हे अनेक ग्रह;
अन्यतारावली केंद्र या तारका,
स्वप्रकाशे कशा हो मनोहारका! ३
चंद्र मार्तंडशा त्या प्रचंडा, तरी
भासती अल्पशा काजव्यांच्या परी!
बाह्यरूपास या पाहुनी लोचनी
वस्तुचे वास्तव ज्ञान नोहे मनी. ४
हे असंख्यातशा तारकावृंदहो!
काय ही आमुची लोचने अल्प हो!
वृंद हे तूमचे पाहता पाहता
होतसे त्याजला भ्रांति की तत्त्वता. ५
नम्रभावे तुम्हां वंदुनी प्रार्थुनी,
तूमच्या प्रेक्षणे नेत्र हे तर्पुनी,
योजितो कल्पना मी तिथे संप्रति,
दृष्टिचीही जिथे कुंठताहे गति. ६
उंच उंच स्थली, —फार उंच स्थली,
ती भरारी पहा! मारुनी चालली;
शैल तो लाधिले, वातही लंघिले
तारकासंघही सर्व उल्लंघिले. ७
सर्व तारांगणातूनि देवांगना
दिव्य वीणांवरी बैसल्या गायना;
रम्य गंभीरसे तंतु ते वाजती,
भैरवीचे ध्वनी अंबरी गुंगती. ८
गूढ लीला तुझी मूढशा बालकां

जाणवेना अम्हां गा जगत्-चालका!
गोल एकैक हा अद्भुतांचा निधि!
ह्या परी निर्मिले गोल कोट्यावधी! ९
काय ही कल्पना! काय कौशल्य हे!
काय औदार्य हे! काय गांभीर्य हे!
ह्याच तर्कामधी गर्क झाली मती;
हे अगम्या! असो तुजलागी नती! १०

चंद्रशेखर

■

बालविहग

परिचय

सृष्टिसुंदरीचा लाडका बाळ असेच आधुनिक मराठी कवितेच्या इतिहासकाराला बालकवींचे वर्णन करावे लागेल. इतर कवी दुरून सृष्टी पाहतात. तिच्यातल्या सुंदर दृश्यांनी त्यांची बुद्धी अथवा कल्पना जागृत होते. बालकवींचे तसे नाही. ते भावनेनेच सृष्टीशी एकरूप होतात. एखाद्या लहान मुलाला कुशीत घेऊन आईने त्याच्या कानात हितगुज करावे, तशी सृष्टी त्यांच्याशी बोलते, हासते, खेळते. अशाप्रकारच्या मधुर तंद्रीत बालकवींनी जी गीते लिहिली आहेत, त्यांचा गोडवा केवळ अपूर्व आहे.

'हिरवे हिरवे गार गालिचे। हरित तृणाच्या मखमालीचे'

'कड्यावरुनि घेऊन उड्या। खेळ लता वलयी फुगड्या'

अशा ओळी त्यांच्या काव्यलतिकेवर पदोपदी फुलतात. सुंदर संगमरवरी मूर्तींच्या मुखांतून सारंगीचे मधुर सूर बाहेर पडावेत तसा त्यांचे काव्य वाचताना भास होतो. केशवसुतांनी कवितेच्या आत्म्याला नवयुगाला अनुरूप असे वळण लावले. पण त्या आत्म्याला सुंदर शरीराची जोड बालकवींनीच प्रथमत: करून दिली. हे सौंदर्य अकृत्रिम आहे हा त्याचा मोठा विशेष होय. मराठी कवितेच्या दुर्दैवाने, इतकी तरल आणि कोमल प्रतिभा लाभलेला हा कवी तिशी उलटण्यापूर्वीच आगगाडीखाली सापडून दिवंगत झाला!

सांज खुले सोन्याहुनि पिवळे हे पडले ऊन
चोहिंकडे लसलशित बहरल्या हिरवाळी छान!
पांघरली जरतार जांभळी वनमाला शाल
सांध्यतेज गिरिशिखरी विखरी संमोहनजाल
त्या तेजाचा प्राण चिमुकला संध्येचा दूत
बालविहग आनंद मूर्तिमान झुलतो गगनात!

क्षणभर येथे, क्षणभर तेथे, भिंगोरी साची
अवकाशी जशि काय फिरविली फिरकी जादूची!
खेळाडू कविबाळ करुनि जणु भावांची होडी
मूर्तरूप देउनी तिला या वाऱ्यावर सोडी
गिरिशिखरांचे गोड फूल हे सांध्य तरंगांनी
झुलुनि त्यांतला पराग की हा भरभरतो गगनी!
अष्टदिशांचा गोफ सभोती हा भिरिभिरि पाहे.
मंद झुले वनमाल वाहता शांत झरा राहे
समाधिस्त जणु काय जाहले हा गिरि हे रान
हा आनंदोद्रेक नाचरा गगनी पाहून!
सुंदरतेचा जलसा असला पाहुनिया धाला
कालहि वाटे विस्मित चित्ते स्तब्ध उभा ठेला.
सृष्टीदेविच्या सगुणा बाळा स्वर्गाच्या तान्ह्या
नावहि रे तव ठाउक नाही मज गोजिरवाण्या!
निजदेहाचा करुनि असा हा सुंदर आंदोल
आत्मरंगि रंगल्या मनाला झुलविसि की बोल?
किंवा कोणी दिव्य देवता जरि न दिसे मज ती
लीलेने तुज हालविते का घेउनिया हाती?
सुंदरतेच्या सुमनावरचे दव चुंबुनि घ्यावे
चैतन्याच्या गोड कोवळ्या उन्हात हिंडावे
प्रीतिसारिका गीत तियेचे ऐकावे कानी
बनवावे मन धुंद रंगुनी काव्य सुधापानी!
अंधाराचे पाश मनाचे हे गळुनी जावे
चित्त वाटते तरळ तुझ्यापरि खगबाळा व्हावे.

बालकवी

■

वात्सल्य

परिचय

नारायण मुरलीधर गुप्ते हे केशवसुतांच्या पिढीतले कवी, पण त्यांची कविता केशवसुतांच्या मृत्यूनंतर चार वर्षांनी प्रसिद्ध होऊ लागली. यानंतरच्या दहा-बारा वर्षांतच त्यांनी आपले सर्व महत्त्वाचे काव्यलेखन केले. 'बी' या इंग्रजी टोपणनावाने त्यांनी आपली कविता प्रसिद्ध केली असली तरी त्यांचा मराठीचा व्यासंग आणि अभिमान फार मोठा होता. सर्व प्रकारच्या प्राचीन मराठी काव्यांचे विविध सुंदर संस्कार त्यांच्या कवितेवर झाले आहेत. त्यांच्या कवितांत कल्पकतेइतकीच अंतर्मुखताही आहे.

प्रौढ, गंभीर; पण नादमधुर रचना हा त्यांच्या काव्याचा संस्मरणीय विशेष होय. 'कमला' या त्यांच्या करुणरम्य दीर्घ कवितेत तो प्रकर्षाने प्रकट झाला आहे.

पूर्वेला स्पर्शुनि शशि अस्तंगत झाला;
उदरस्थ बिंब तदनंतर ये उदयाला.
पाहता पुत्रमुख अश्रु तिचे ओघळले,
हिम होऊनि होते ते सृष्टीवर पडले.
व्योमस्थ दृश्यसाम्य ते तदा महिवरले
पाहिले; नष्ट शैशवस्मरण टवटवले.
निष्कलंक मुख विस्तीर्ण भाळ तेजाळ,
तनुवर्ण धवल, करुणालय नयन रसाळ.
ती मातृदेवता उंच समोर करांत
शिशु धरूनि होती तन्मुखदृक्सुख पीत.
या निखळ सुखाचा सहकारी प्रेमाचा
तो होता तिजला अंतरला जन्माचा.
दामिनीदामसम दारुणतर ते स्मरण

हदरवी स्फुरुनिया तदीय अंत:करण.
हृदयाच्या दिसला खोल कपारी-आत
शून्याचा अंधुक देश अपार अनंत
दु:खाचा अन्त:प्रवाह वाहत होता,
ओलावा त्याचा स्फोट मुखी हो करिता.
पर्णस्थ बिंदू मृदु गंधवाह हलवोनी
दो बिंदूंते करि एक जीव मिळवोनी
या विश्वकदंबी तेवि मातृबिंदूते
शिशु बिंदु मिळे जगदंब दयामृतवाते.

आरक्तरेणु रविहास्य उधळले तिकडे,
ते उदित बालसुमहास्यपरागहि इकडे,
ते बालभानुपदलास्य नभावर चाले,
ते मातृहृदावर चंचल शिशुपद-चाळे.
पाहता प्रभाती बालजगा वर खाली
कृष्णस्मृति संपुनि मातृमुखी ये लाली,
सद्गदित हृदय तद्गात्रांसह थरथरले,
नेत्रांतुनि अविरत वात्सल्याश्रु गळले.
वात्सल्य दिसे ते बहुविध विश्वविकासी,
ते विश्वात्म्याचे विमल हास्य अविनाशी.
ते स्वार्थसमर्पण धन्य परार्थासाठी
प्रत्यक्ष निर्मिते स्वर्गधरेच्या पाठी.

'बी'
■

नदी आणि कवी

परिचय

विनायक हे टिळक-केशवसुतांचे समकालीन कवी. विनायकांची कविता प्रसादपूर्ण व राष्ट्रप्रेमाने नटलेली अशी आहे. विनायकांच्या काळात पारतंत्र्याचा अंधार सर्वत्र दाटलेला होता. परक्या सत्तेच्या गुलामगिरीत सुशिक्षित लोक समाधान मानीत होते. त्यामुळे निर्माण झालेल्या निराशेची छाया त्यांच्या अनेक कवितांवर पसरली आहे.

'तळहाती टेकुनि ही स्वशिराते बैसली
मस्तकी केश विखुरले
श्वास चालले, अश्रु लोटले
गळे जल गाली-चिंतेने पोळली'

हे त्यांनी केलेले मातृभूमीचे वर्णन किंवा सर्कशीतला सिंह पाहून 'ही इष्ट नव्हे परवशतेत बहाली, नाचरंग दीप्त महाली' हा त्यांनी त्या वनराजाला दिलेला इशारा, या गोष्टीभोवतालची परिस्थिती पाहून त्यांचे मन कसे तडफडत असे याची कल्पना आणून देण्याला समर्थ आहेत.

पद्मिनी, पन्ना, दुर्गावती, अहल्या वगैरे शूर व सत्त्वधीर स्त्रियांची चरित्रे त्यांनी आपल्या काही कवितांत वर्णन केली आहेत. त्यांची 'वीरमती', 'गणिकोद्धार' व 'ध्यास तो भास' ही तीन खंडकाव्ये असून, त्यात सुबोध व सरस रचनेवरले त्यांचे प्रभुत्व दिसून येते. त्यांच्या स्फुट कवितांपैकी 'जोहार', 'स्त्री आणि पुरुष', 'सुवास' व 'प्रीति निमाली तर' यात त्यांची कवित्वशक्ती विशेष उत्कट रितीने प्रकट झाली आहे.

असो कवीचे कुल अप्रसिद्ध।
होई कवीच्या कवने प्रसिद्ध.

तसा नदीच्या उगमस्थलाला।
नदीमुळे गौरवलाभ झाला १
काव्ये कवीची जगतात गावी।
त्याचे न त्यांच्या परि चोज गावी
नदी सुदूरस्थ जनां पवित्र।
विटाळिती तीर्थ तिचेच पुत्र २
बाल्यात उच्छृंखल वृत्ति दोन्ही।
ठावा नसे आडथळा म्हणोनी;
लागो दरी खोल, उभा पहाड,।
जातात ती धावत धाड धाड ३
जाई जसे अंतर होत खोल।
गांभीर्य ये वृत्ति निवे विलोल;
रेखून मार्ग क्रमितात संथ।
करीत कल्याण जगी अनंत. ४
अभंग त्यांच्या हृदयी तरंग।
नि:संग ते त्यांत सदैव दंग,
गाऊन गाणी भ्रमतात रानी।
ते धन्य ज्यांच्या पडतात कानी. ५
स्वजीवनाने उगवून दाणे।
नदी जिवा दे चिर जीवदाने.
तैसे कवीच्या कवीताप्रवाहे।
जीवात संजीवन दिव्य लाहे. ६
राष्ट्रे बुडाली नृप थोर गेले।
नदी कवी मात्र अनंत ठेले।
भागीरथीला खळ लेश नाही।
अखंड रामायण लोक गाई. ७
महाकवी थोर नदीप्रमाणे।
मी बापडा ओघळ अल्प, जाणे;
धाके न ओढा झुळझूळ वाहे।
माझी तशी ही गुणगूण आहे. ८

विनायक

■

कोण रोधील?

परिचय

तांबे हेसुद्धा केशवसुतांच्या पिढीतलेच कवी, पण त्यांच्या काव्यशक्तीला आयुष्याच्या पूर्वार्धापेक्षा उत्तरार्धात अधिक सुंदर आणि रसपूर्ण असा बहर आला. १९२० पूर्वी ते एक चांगले कवी मानले जात असत. पण १९२० ते ३० या दशकात लिहिलेली त्यांची कविता जेव्हा रसिकांपुढे आली तेव्हा ते केशवसुतांपेक्षा भिन्न प्रवृत्तीचे, पण त्यांच्याइतकेच प्रभावी व प्रतिभासंपन्न कवी आहेत हे सर्वांना कळून चुकले. त्यांची ही कविता प्रसिद्ध झाली, तेव्हा रविकिरण मंडळातले प्रमुख कवी लोकप्रियतेच्या शिखरावर होते. असे असूनही त्यांच्या मानाने जुन्या असलेल्या या कवीने जनतेची मने पूर्णपणे अंकित केली.

तांब्यांच्या कवितेचा रविकिरण मंडळाच्या प्रमुख कवींवर जो परिणाम झाला, तो अप्रत्यक्ष होता; पण १९३० नंतर उदयाला आलेल्या बहुतेक लहानमोठ्या कवींवर त्यांच्या कवितेचे काही ना काही संस्कार झालेले दिसतात. बोरकरांच्या कवितेत ते अधिक स्पष्टपणे जाणवतात. पण निकुम्ब, कान्त, इंदिरा संत, किंबहुना कुसुमाग्रज इत्यादी विविध प्रवृत्तींच्या तरुण कवींची रचना पाहिली म्हणजे तांब्यांच्या प्रभावित्वाची पूर्ण कल्पना येते.

तांब्यांची कविता जितकी विविध, तितकीच रसपूर्ण आहे. त्यांची प्रेमगीते आणि संसारगीते जशी चटकदार वाटतात, तशी मृत्यूच्या छायेत अंतर्मुख होऊन त्यांनी लिहिलेली चिंतनपर गीते किंवा विधवेच्या दुःखाने, सामाजिक विषमतेने अथवा राजकीय दास्याने व्यथित होऊन त्यांनी लिहिलेल्या कविताही मन आकृष्ट करतात. 'कोण रोधील?' या कवितेला गांधीजींच्या चळवळीतून प्रेरणा मिळाली असून, कवीला आपल्या देशाच्या उज्ज्वल भवितव्याविषयी वाटणारी आशा तिच्यात सुंदर रीतीने प्रतिबिंबित झाली आहे.

या भविष्याचिया दिव्य कारागिरा
कोण रोधील? दे कोण कर सागरा? ध्रु०
शूलराजा, तुझा रक्त ह्यांचे पिओ,
गृध्रगण भक्षण्या पुण्य गात्रां शिवो,
दुर्गि त्यांची शिरे अधम कुणि लोंबवो,
अंत त्यांचा नको समजु हा नृपवरा! १
ज्योति मृत्युंजय प्रबळ पिंडाहुनी
समज दावाग्निशा चहुंकडे पेटुनी
देशकालासि रे टाकितिल व्यापुनी
अंति फडकेल रे ध्वज तयांचा खरा. २
ज्यावरी भार तव, ज्यावरी गर्व तव,
विफल तोफा तुझ्या, पलटणी सर्व तव,
विफल बलदर्प तव, यात का शर्व तव?
उघड लोचन, पहा दूर राजा, जरा. ३
भव्य ते स्तंभ बघ तुंग अट्टालिका,
त्या कमानी पहा, त्या गवाक्षादिका,
सौध ते, कळस तो सोनियाचा निका,
ध्वज वरी प्रीतिचा मोहवी भास्करा. ४
तेथ त्या रत्नमय दिव्य सिंहासनी
लखलखे भरतभूजननि बघ विजयिनी!
प्रणय, नय, सत्य हे सज्ज गण रक्षणी,
बघ भविष्याचिया दिव्य त्या मंदिरा. ५

भा. रा. तांबे

■

दैवाची निर्दयता

परिचय

श्रेष्ठ नाटककार या नात्याने गडकरी आजच्या पिढीला प्रिय व परिचित असले, तरी ते प्रथमतः कवी म्हणूनच पुढे आले. अवघ्या सात-आठ वर्षांत कवी या नात्याने त्यांनी मिळविलेली लोकप्रियता केवळ अपूर्व होती. १९१० ते २० या दशकातल्या महाराष्ट्रातल्या सुशिक्षित मध्यम वर्गाने मोहून वेडे होऊन जावे, असेच त्यांच्या कवितेचे स्वरूप होते. तिच्यात बुद्धिविलास होता. कल्पनेच्या हरतऱ्हेच्या चमत्कृतीबरोबर तिच्या भराऱ्याही होत्या. किंचित कृत्रिम वाटणाऱ्या, पण डोळे दिपवून सोडणाऱ्या शब्दसौंदर्याने ती नटली होती. तिचा मुख्य भाग प्रेमगीतांनी भरलेला होता. भग्न प्रीतीच्या पार्श्वभूमीवर गडकऱ्यांची या प्रकारची बरीचशी कविता रचली गेल्यामुळे तिच्यात एक प्रकारचे उदास; परंतु रम्य सौंदर्य प्रकट झाले आहे.

'दैवाची निर्दयता' हे गडकऱ्यांच्या अशाच करुणरम्य प्रेमगीतांपैकी एक कवन आहे. मात्र त्यांच्या इतर प्रेमगीतांपेक्षा ते थोडे निराळे आहे. रसिकांना चकित करून सोडणारी त्यांची कल्पकता या कवितेच्या मध्यवर्ती कल्पनेत दिसून येते. कुब्जेच्या कृष्णावरल्या मूक प्रेमावर या कवितेची त्यांनी उभारणी केली आहे. त्यांच्या इतर कवितांत आढळून येणारी चमत्कृती इथे नाही, भाषेचा शृंगारही नाही. पण आर्ततेमुळे, गुदमरणाऱ्या हृदयाच्या अस्फुट आक्रंदनामुळे, वाचकांच्या मनाला ती चटका लावल्यावाचून राहत नाही.

श्रीहरि मथुरानगरी गेले, गोकुळ मागे तळमळते।
प्राणिमात्र नच केवळ परि ते यमुनेचे जळही जळते।।
कळे सकळ हे श्रीगोपाळा कळवळुनी मनि आणि दया।
धाडुनि दिधला व्रजात उद्धव प्रियजनसांत्वन करावया।।

सत्वर हरिचा निरोप घेउनि उद्धव भेटे सकळांते।
वृत्तश्रवणा क्षणात जमले गोकुळ सारे त्या भवते।।
हे नंदाला, यशोदेस हे, कोणाला काही काही।
निरोप सांगे सांत्वनपर तो; सुने कोणी उरले नाही।।
या गोपीला, त्या गोपीला, गोड शब्द दे वाटुनिया।
राधेला तर बहाल केली हरिने जीवाची दुनिया।।
प्रेमकथांच्या संस्मरणाने जल सर्वांच्या ये नयनां।
व्याकुळ विव्हळ झाली राधा, सावरिता हो पुरे जनां।।
सुखदुःखांच्या मिश्रसागरी निमग्न गोकुळ सर्व असे।
परि दुर्दैवी एक जीव तो त्या काळी त्या स्थळी नसे।।
अष्टावक्रा, काळी कुबडी, कुब्जा तेथे नच दिसली।
दीन बिचारी एकटीच ती कुठे तरी जाउनि बसली।।
स्मरण कशाचे तिचे कुणाला जी बघवेना डोळ्यांनी।
गजबजला जग आनंदाने दुर्दैवी पळती रानी।।
तोंड झाकुनी, ओठ दाबुनी, रडे आतल्या आत मनी।
पुसुनी टाकी झणि पदराने अश्रू आले जरि नयनी।।
'प्रेमळ देवा, जिवलग देवा, माझ्या जीवाच्या देवा,।
कसे विसरला या दासीला, देवा हो, एकच देवा!।।
कशी विचारू उद्धवजींना क्षेम तुझे या लोकांत।
म्हणेल कोणी काय मला हे त्या नकळे भर आनंदात।।
सुंदर गोपी योग्य रडाया जगन्मोहना तुजसाठी।
परी कुठे मी आणि कुठे तूं लोकसुंदरा जगजेठी।।
रडायासही मुक्तकंठ हा देवारे जीवचि लाजे।
श्रीहरिसाठी कुब्जा रडते हेच हसे होइल माझे.'।।

(अनुष्टुप)

घडेना कार्य या लोकी भाग्यावाचूनि कोणते।
हसायातेच न परी रडायातेहि लागते।।
असावे लागते भाग्य हसायाते न काय ते।
रडायातेहि जीवाते या लोकी भाग्य लागते.।।

गोविंदाग्रज

■

मूर्ति दुजी ती

परिचय

वि. दा. सावरकरांच्या देशभक्तीइतकीच त्यांची काव्यप्रतिभाही प्रखर आहे. मातृभूमीची गुलामगिरीतून मुक्तता हे ध्येय अगदी लहानपणीच त्यांनी आपल्या डोळ्यांपुढे ठेवल्यामुळे त्यांची अनेक कवने या एकाच उत्कट आणि उदात्त भावनेतून उत्स्फूर्त झाली आहेत. केवळ या क्षेत्रापुरते पाहिले, तर त्यांचे कवियश अपूर्व आहे. वीर क्वचित करुण हे त्यांच्या अशा प्रकारच्या काव्यातले मुख्य रस होत. 'बाजी देशपांडे यांचा पोवाडा' किंवा 'श्रीबंदावीर' यांच्यासारखी त्यांची रचना वाचताना आपल्यापुढे एक धगधगीत यज्ञकुंड पेटले आहे असा भास होतो. अग्निज्वाळांप्रमाणे त्यांच्या कल्पना आपल्या मनाला चाटून जातात- त्याला प्रदीप्त करून सोडतात. त्यांची असली प्रकरणे ओजोगुणाने नुसती रसरसलेली आहेत.

'सागरास' व 'माझे मृत्युपत्र' या कवितांत जेव्हा त्यांची हीच भावना अधिक कोमलरूप धरून प्रकट होते तेव्हा तिच्याबद्दल साश्चर्य कौतुक वाटल्यावाचून राहत नाही. पण तसे पाहिले तर त्यात नवल करण्याजोगे काय आहे? सावरकरांनी काव्यलेखन थोडे केले असले तरी त्यांची प्रतिभा मूलत: महाकवीची आहे. विशाल कल्पकता, उद्दाम भावना, अभिजात पांडित्य, असामान्य भाषाप्रभुत्व इत्यादिकांचा दुर्मीळ संगम त्यांच्या काव्यप्रतिभेत झाला आहे. 'जगन्नाथाचा रथोत्सव' या कवितेत विश्वनियंत्याच्या अनंत प्रवासाचे त्यांनी केलेले कल्पकतापूर्ण वर्णन कुणाला स्तिमित करून सोडणार नाही? खालील उतारा 'मूर्ति दुजी ती' या त्यांच्या तेजस्वी काव्यातून घेतला आहे. सन १९१०साली इंग्लंडमध्ये सावरकरांना बंदिवान करण्यात आले. त्या बंदिवासात त्यांनी ही कविता लिहिली आहे.

अपरिचित न जो तुझिया मधुर विलासा :
रम्य सरे ती, नलिने, नाल सुभग ते,

ते सुगंध भृंगगुंज, त्या सुमंजुला
सारंग्या, गीते ती गोड, गोड ती
दयित-स्मृति आलिंगन जीस तृप्तवी,
शेती ती हिरवी, आल्हादिते मळे,
सरिता पुलिनोत्थ थंड ती कलिंगडे,
मुक्त नील आकाशश्री मनोहरा,
मुक्त नील सागरतल, मुक्तवायुते,
राजमार्गि भक्तीच्या गजर गोड वा
टाळमृदंगांचा हरिनाममत्त तो,
चंद्रबिंब शारद मेघांत धावते,
आशा की रिक्त संशयात सुखभरे :
ऐसे जे नवसंगत, मंजु, मुक्त जे
त्या त्यांतिल मधुर विलासासि जो तुझ्या
मूर्तीच्या लावण्यश्रीस वर्णिता
भाटचि तो लंपट तव : देवि! तोहि मी
आजि अहह इच्छितसे रूप देखण्या
ते दुजेचि तव! तव ती मूर्ति दुजीची!
मूर्ति मधुर ना : परंतु ती भयंकरा
तव दुसरी घोर मूर्ति दावि ती मला!
कारण तू बघसि का न आज मज इथे
ऐशा या लोह-पिंजऱ्यात कोंडिला
हिंस्र कुणी पशु जैसा वध्य तसाची;

■

या भयाण एकलकोंडीत एक ह्या
नि:सहाय, निंदित, मी बघतसे स्वये
जीवनरस नाड्यांतुनि माझिया अहा
थंड पडत जाताना! दगडचुन्यांच्या
या नंग्या अंधाऱ्या भिंतीच्याहुनि
गार गारठा अंगी असह भरुनि ये.
कारेच्या कोठडीत नागव्या अशा
नंगे कर्तव्य असे मजसि गाठते!
आणि अधांतरि शिखरावरति वायुच्या

संभाळुनि तोल सतत चढत धावण्या
आज्ञा मज दे! पाठीवरति लादुनि
पर्वतसम दुर्धर सद्‌गर्व भार हा
राष्ट्राचा अखिलाची! ये तरी अहा
तूंहि! तुझ्या या दुसऱ्या चंडमूर्तिचे
दर्शन मज दे! कवी ते, आजि दुजा तो
छेड सूर कर्कश, जो भिववि भैरवा!
सूर ललित ना! रुणुझुणु ताल तोल ना!
आवडते ज्याचे आघात कोवळे
हृदयकुंजि नाचविती गोड गुलगुल्या
मंजु गीतगोविंदातील छंद ते :
अबलांच्या अबल हृदा अधिक अबल जे
करिती ते बिल्हणीय करुण छंद वा.
परि, कवीते, भेरीचे सूर ते दुजे
छेड आजि, अबलांच्या अबल हृदांही
करिते जे प्रबल प्रलयोर्मि सिंधुसे!
मृत्युंजय मंत्र कुणी प्रकटवील जो
मूर्ति चंडिकेची उद्दंड, द्यावया
चंड मनोबळदाता मजसि वर अजी!

वि. दा. सावरकर

■

दैवते मायतात

परिचय

बालकवी व गडकरी हे अनुक्रमे १९१८ व १९१९ साली दिवंगत झाले. केशवसुतांपासून स्फूर्ती घेतलेल्या आणि आधुनिक कवितेच्या ज्या निर्मितीला विविध गोष्टी प्रेरक झाल्या, त्यांच्या वातावरणात वाढलेल्या कवींची पिढी या दोघांच्या मृत्यूने संपली. पुढे तीन-चार वर्षांनी नव्या पिढीतल्या काही कवींनी एकत्रित येऊन 'रविकिरण-मंडळ' स्थापन केले. १९२५ ते १९३५ हा या मंडळाचा ऐन भरभराटीचा काळ होता. या मंडळाने काव्यरचनेत जसे विविध प्रयोग केले, त्याचप्रमाणे नवी कविता सामान्य जनतेपर्यंत नेऊन पोहोचविली. आधुनिक काव्य वाचण्याची, ऐकण्याची नि गुणगुणण्याची गोडी 'रविकिरण-मंडळा'च्या काळातच महाराष्ट्रात निर्माण झाली, असे म्हणायला हरकत नाही.

यशवन्त हे या मंडळातले एक प्रमुख कवी. साधुदासांसारख्या वामन पंडित आणि मोरोपंत यांच्या पंक्तीत शोभणाऱ्या कवीपासून काव्यलेखनाचे पहिले धडे त्यांनी घेतले असले, तरी त्यांची कविता सर्वस्वी आधुनिक वळणाची आहे. 'देहाचा पूल' या ऐतिहासिक कवितेपासून 'जमेचि ना, घडेचि ना-' या जगाची सद्यःस्थिती वर्णन करणाऱ्या कवितेपर्यंत आणि 'आई' या बालकाचा शोक चित्रित करणाऱ्या कवनापासून 'दैवते मायतात' या अनुभवाने अंतर्मुख होणारे आई-बापांचे मन सांगणाऱ्या कवनापर्यंत त्यांच्या प्रतिभेने केलेला प्रवास पाहिला, म्हणजे वैयक्तिक आणि सामाजिक अशा दोन्ही प्रकारच्या विविध अनुभूतींशी समरस होण्याची त्यांची असामान्य शक्ती दिसून येते. 'यशोधन', 'यशोगन्ध' वगैरे त्यांचे काव्यसंग्रह व 'बन्दीशाळा' हे त्यांचे खंडकाव्य यांची काव्यनिर्मिती किती विविध आहे, ओज व कल्पकता या गुणांबरोबर भावनेची तरलता आणि उत्कटता यांचाही आविष्कार त्यांची प्रतिभा किती कुशलतेने करू शकते याची साक्ष देण्याला समर्थ आहे. 'दैवते मायतात' या कवितेत कवीने व्यक्त केलेली

अनुभूती जितकी सूक्ष्म, तितकीच हृदयंगम आणि जितकी कौटुंबिक, तितकीच विश्वव्यापी आहे.

तुम्ही होता मज पूज्य पूर्व काळी
नाहि आजहि ती पूज्यता निमाली
जधी तुमचे देहावसान झाले
लोचनांची झिरपली आलवाले १
जन्मदात्यांच्या दुःख वियोगाचे
पालकांच्या वात्सल्य समाप्तीचे
आणि जगतातिल एकलेपणाचे
किती दुबळ्या दाखवू वदुनि वाचे! २
मास-वरुषांच्या परी अंतराने-
नव्हे, काळाच्या गार फुंकराने
दाह विरहाचा शमुनि अन्तरीचा
झरा नयनी आटला आसवांचा ३
आणि आता थाटल्या प्रपंचात
अहो झालो आम्हीच माय-तात!
माय-तातांच्या ह्याच भूमिकांनी
दिली तुमची थोरवी जाणवोनी ४
पाखरांची किलबील दीनवाणी
बघुनि भवती, हे हृदय होइ पाणी
किडा-मुंगीची वाण नेहमीची!
क्षुधाव्याकुल तोषवू केवि चोंची! ५
थिट्या अमुच्या पंखांत ऊब कोठें?
प्राण चिमण्यांचा लोचनांत गोठे!
आणि कळते सोसता ताण हाल
किती आम्हांस्तव कष्टला असाल! ६
गिरिशृंगांना जेवि मेघमाला
तुम्ही पोटाशी घेतले अम्हांला
जेवि दिग्गज या वसुंधरेसाठी
तुम्ही अमुच्या राहिला पुढे-पाठी. ७
कळा वृश्चिकदंशशा साहुनीया
अम्हां दिधली शैशवी अंकशय्या.

झोप बाळांची पावु नये नाश
म्हणुनि अपुले रोधिले तुम्ही श्वास. ८
दीप तेवावा जेवि अहोरात्र
मने निरलस जागला श्रान्तगात्र
मानहानी पतकरुनि रोष लोकी
तुम्ही केली नित पाठराखणी की. ९
शिळेपाके सेवून सणावारी
जुने-पाने लेवून घरी दारी
सदा पुरवावे गोड धड मुलांना
असे अवघड संसार, यज्ञ जाणा १०
आच आचरता तोच यज्ञ-धर्म
थोरवीचे आपुल्या कळे मर्म
आणि येति न जरि आसु लोचनांत
मना झाली दैवते माय-तात. ११

यशवंत
■

पश्चिमेच्या मारुताचे उच्छ्वास

परिचय

माधव ज्यूलियन हे 'रविकिरण-मंडळा'तले प्रतिभासंपन्न कवी. 'रविकिरण-मंडळा'ने काव्यक्षेत्रातील वृत्तांचे, विषयांचे आणि रचनेचे जे विविध प्रयोग केले, त्यांना माधवरावांची प्रेरणाच मुख्यत: कारणीभूत होती. ते फार्शी वाङ्मयाचे पंडित होते. त्या वाङ्मयातील अनेक आकर्षक गोष्टी त्यांनी मराठीत आणल्या. आधुनिक काव्याला-गज्जलाला लोकप्रियता त्यांनीच मिळवून दिली. प्रेमगीतांतून पूर्वीपेक्षा अधिक मोकळेपणाने आणि डौलदारपणाने विविध भावना चित्रित करण्याचे श्रेय त्यांच्याकडेच जाते. असे असूनही त्यांचे कविमन आत्मनिष्ठ नव्हते. प्रीतीइतकेच ते समतेचे आणि उदात्ततेचे पूजक होते; अन्यायाचे, विषमतेचे आणि ढोंगासोंगांचे कट्टर विरोधक होते. 'भ्रांत तुम्हां का पडे?', 'पश्चिमेच्या मारुताचे उच्छ्वास', 'सुधारक' वगैरे त्यांची लहानमोठी काव्ये त्यांचे सामाजिक मन किती जागृत आणि भावनाशील होते हे दर्शवितात.

'मराठी असे आमुची मायबोली' या मातृभाषेवरील भक्ती व्यक्त करणाऱ्या कवितेपासून 'रामद्वारी' या विश्वाचे नियंत्रण करणाऱ्या अदृश्य शक्तीविषयी वाटणारी आर्तता दर्शविणाऱ्या कवितेपर्यंत विविध रसांच्या, भावनांच्या आणि विचारांच्या कविता माधवराव पटवर्धनांनी लिहिल्या आहेत. किंबहुना त्यांच्या कवितेने त्यांच्या जीवनाच्या जोडीने प्रवास केला आहे. त्यातल्या चढउतारांच्या आणि सुखदु:खांच्या अनुरोधाने ती बदलत गेली आहे. आयुष्याच्या निरनिराळ्या कालखंडांतील विविध अनुभूती त्यांच्या काव्यात प्रामाणिकपणाने प्रतिबिंबित झाल्या आहेत. 'विरहतरंग' हे त्यांचे खंडवाक्य त्यांचे पांडित्य, कल्पकता व भावनाशीलता यातून निर्माण झाले आहे. 'सुधारका'त त्यांची उपरोधप्रियता व सामाजिक दृष्टिकोन या गुणांचे वाचकांना स्पष्ट दर्शन होते. मराठी कवितेच्या दुर्दैवाने बालकवी व गडकरी यांच्याप्रमाणे हा प्रतिभासंपन्न कवीही अकालीच दिवंगत झाला.

'पश्चिमेच्या मारुताचे उच्छ्वास' ही माधवरावांची कविता दुसऱ्या महायुद्धापूर्वी इटलीने अबिसीनियावर जे आक्रमण केले त्या प्रसंगाला उद्देशून लिहिली आहे.

पश्चिमेच्या मारुताचे हे उसासे ऊन का?
ऊन हे सेवू नका.
का उसासे टाकितो मी-सत्य घ्या हे ऐकुनी-
येइ मी जे देखुनी
तो पहा दूर प्रतीची डोम्ब आगीचा पहा,
होय त्याचा ताप हा.
आर्द्र अङ्गी सागराच्या लोळुनी आलो तरी
आग होई अन्तरी.
पावलो उत्तुंग या सह्याद्रिच्या शृंगावरी
दाह जीवाचा परी.
धूर जो तेथील माझ्या काळजाला झोम्बला
घेरि आणी तो मला.
जाइना डोळ्यांपुढूनी दृश्य जे मी पाहिले
जाईना ते साहिले!
ने कसे कासार काठी शान्तिपाठी पण्डिती,
मंजुनादे मण्डिती.
आणि त्यांची गोड पुंगी दुर्बलांना गुंगवी,
स्वत्व त्यांचे लुंगवी.
जाणती नेणीव साधूंची न साधे ती मला,
जीव हा वैतागला.
कृष्ण राष्ट्राच्या इतिश्रीची घडी ही पातली,
दिग्बुभुक्षा मातली.
धाड घाली लांडगी साम्राज्यलोभे झिंगली
श्यामलांच्या जंगली.
स्वीय उच्छ्वासासवे दे सोडुनी नाना विषे
मुक्तिदानाच्या मिषे.
अन्तराळातून झेपा घालुनी घारीपरी
वृष्टि अग्नीची करी.
चांगले भाजून खावे मांस सांगे संस्कृती

गौरवर्णे चारु ती
संस्कृताची याच शिक्षा श्यामलांनी द्यावया
पातली देखा बया.
ही द्विपाद प्राणधारी जंगली का माणसे?
मेन्दु हा त्यांना नसे.
बाहुचे सामर्थ्य आहे कोट छातीचा खडा,
होय जीवाचा धडा.
फोल हे यन्त्रापुढे; बुद्धिप्रतापांच्या पुढे
क्षात्र आता बापुडे.
हे हटे, झुंजे हटाने, घाव घे छातीवरी,
साह्य कोठे ईश्वरी?
फोल आता न्यायनीतीच्या जुन्या त्या कल्पना,
धर्मभोळ्या जल्पना.
धर्मबन्धुत्वाचिया डोक्यावरी ही पाय दे
माजली सत्तामदे.
युद्ध धर्माशीच चाले, धर्मयुद्धी या नव
दीन तो जो मानव
हिंस्त्र शस्त्रास्त्रे नवी जो निर्मुनी नानापरी
दुर्बलांना संहरी,
आपल्या देवापरी जो दुर्बलांचा घातकी
तो कशाचा पातकी?
हा निमित्ताचा धनी योगेश्वराचा हा सखा
दोष या पार्थास का?
दुर्बलत्वालाच मानी पाप तो जिंकी जगा
सत्य सैतानी बघा.
दोष आता आपुल्या द्या रानटी नीतीप्रती
जीर्ण होई क्षिप्र ती.
बायका पोरे रडू द्या, त्यांस रक्षा जोहरी,
अन् रणीची मोहरी.
घेउनी गाडूनि खेती झुंजु द्या हारीत ही
राजपूती रीत ही!
सर्वनाशाच्या प्रसंगी स्वत्व अर्धे सोडिना
शत्रु मैत्री जोडिना,

त्या नृसिंहाला शहाणे निन्दिती, निन्दोत ते
भानु तो खद्योत ते!
टेकला अस्ताचली तो तापल्या सोन्यापरी
स्वप्रभा दावी खरी.
वानु द्या चंगीझ-तैमूरादि जे त्यांना कुणी
दास अर्थाचे गुणी:
या पराभूतापुढे झुंजार माझी मान मी
वाकवूनी त्या नमी
श्यामलाच्या हे नरेन्द्रा तूजसाठी आसवे
उष्ण उच्छ्वासासवे.
मीहि जातो संस्कृतीच्या पार कैवल्याश्रमी-
का भ्रमू येथे श्रमी?
खड्ग त्या दुर्धर्ष गौरीशंकराच्या संगती
वीण कोठे सद्गती?

माधव ज्यूलियन

कषायपेयपात्रपतित मक्षिकेप्रत -

परिचय

मराठी वाचकांना श्री. अत्रे अनेक नात्यांनी प्रिय व परिचित आहेत. पण त्यांच्या प्रतिभेचा सर्वांत चमकदार पैलू विनोदाचाच आहे. त्यांच्याइतकी विविधतेत रमणारी, पदोपदी बुद्धिचापल्य दर्शविणारी आणि आपल्या भोवतालच्या दैनंदिन जीवनातून स्फूर्ती घेणारी विनोददृष्टी क्वचितच आढळते. त्यांच्या या अपूर्व शक्तीचा आविष्कार पुढे 'साष्टांग नमस्कार' व 'लग्नाची बेडी' यासारख्या नाटकांत आणि 'ब्रह्मचारी' व 'अर्धांगी' यासारख्या चित्रपटांत झाला असला, तरी ती किती तेजस्वी आहे हे 'झेंडूची फुले' या त्यांच्या १९२५ साली प्रसिद्ध झालेल्या विडंबनपर काव्यसंग्रहावरूनच सिद्ध झाले. 'झेंडूची फुले' प्रसिद्ध होण्यापूर्वी मराठीत विडंबनपर कविता क्वचितच लिहिली जाई. त्यामुळे कल्पकतेने नटलेली, मिस्कीलपणाने फुललेली आणि ओळीओळींतून हास्याची कारंजी उडविणारी 'झेंडूची फुले' प्रथमतः प्रसिद्ध झाली, तेव्हा वाचक जितके विस्मित तितकेच आनंदित झाले. गेल्या दोन तपांत या बाबतीत अत्र्यांचे पुष्कळ अनुकरण झाले. पण त्यांच्या विडंबनातली चमक आणि खुमारी दुसरा कोणीही दाखवू शकला नाही. ही विडंबनपर काव्ये म्हणजे एक प्रकारच्या पद्यमय विनोदी टीकाच आहेत. ज्यांच्यातले समास सोडविण्याकरता एखाद्या शास्त्रीबोवांनाच बोलवावे लागेल अशा 'कषायपेयपात्रपतित मक्षिकेप्रत-' या मालगाडीसारख्या लांबलचक नावावरूनच अत्र्यांची विडंबनाची धार किती तीक्ष्ण आहे याची कल्पना येईल! कविता ही भावनेच्या आविष्काराकरता असते हे विसरून, क्लिष्ट संस्कृत शब्दांच्या लांबलचक समासांच्या आणि रूक्ष कल्पनांच्या गोणी तिच्या पाठीवर लादणाऱ्या कवीचे या कवितेतले विडंबन तर अत्यंत मनोरंजक आहेच, पण त्यापेक्षाही अत्र्यांच्या विनोदी कल्पकतेने तिला जी रंगत आणली आहे, उपहास आणि उपरोध यांच्या साहाय्याने त्यांनी या लहानशा कवितेत जी प्रखर सामाजिक टीका केली आहे तिला मराठी विनोदी कवितेत दुसरी तोड नाही.

'हा हन्त हन्त नलिनी गजमुज्जहार!'
अयि नरांग-मल-शोणित-भक्षिके
जनु-विनाशक-जंतु-सुरक्षिके!
असु-परीक्षित-हारक-तक्षिके,
'क्या हुवा अफसोस!' मक्षिके
या प्रभातसमयास मंगल,
चमकती दवमौक्तिक निर्मल,
गात पक्षिगण हा गगनी फिरे,
पण दशा तव काय अरे-अरे-!
ओसरीवरुनि या तव मैत्रिणी
[१]गात स्वैर फिरतात सुलक्षणी
परि तुला न बघती मुळि ढुंकुनी
'संकटी जगि कुणा न असे कुणी!'
मंडई नव्हति का तुज मोकळी,
की मिठाइ 'मथुरा[२]-भुवना'तली,
नव्हति का 'उपहार[३]-गृहे' खुली,
म्हणुनि आलिस नेमकि या स्थळी!
त्यजुनि शांत शहरातिल बोळ ते,
मनुजवस्तित आलिस का इथे?
करित 'दत्तु-भट'[४] काय तपासणी
म्हणुनि घाबरुनि आलिस तूं झणी!

१. माश्यांचे गाणे निव्वळ माश्या मारीत बसणाऱ्या लोकांना कोठून ऐकू येणार? जावे त्याच्या वंशा तेव्हा कळे!

२. उदबत्त्यांनी पुण्यात म्हैसूर आणले, तर आटीव दुधाने पुण्यात मथुरा आणली. सदर 'भुवना'तून मिठाईबरोबर माश्याही मनमुराद मिळतात.

३. प्रस्तुत शब्दातील एका मात्रेचा फराळ पुण्यातील हॉटेलांनी केला असल्यामुळे येथे मात्रादोष अपरिहार्य आहे.

४. सदरहू महात्म्याच्या नावाचा एकवचनी उल्लेख केवळ त्या ओळीत अधिक शब्द बसेनात म्हणून केलेला आहे, याबद्दल उदार रसिक क्षमा करतील, अशी आशा आहे.

शर्कराकण येथिल सांडले
सेवुनी न तुज सौख्य जाहले!
की 'यमी' करिचे गुळखोबरे,
शमवि भूक न काय तुझी बरे ?
पेय बोलुनिचालुनि घातकी,
बुडविते बघ भारतियांस की
या अशा व्यसनांत विलायती,
अडकता फळ दारुण शेवटी!
नर जसा बुडतो भवडोही
तेवि खालिवर जासि अयाई!
काडि वाचवि तरी बुडत्याला,
काडिचा न परि आश्रय गे तुला!
स्थिती तुझी करुणास्पद ही अशी,
बघु तरी उघड्या नयनी कशी?
अंगि तेवि भरले भयकापरे,
आणि त्यात निवला न चहा बरे!

हाय! सोडुनि जाशिल ना अम्हां,
छे, सले नुसती मनि कल्पना!
समिप पाउसकाळहि पातला,
आणि तू निघुनि जाशिच आजला
अहह, आम्रफळ-मोसम¹ येइल,
अम्हि² असू परि तू नसशील!
फेकु सालटि चोखुनि चोखुनी,
तुजविना पण जातिल वाळुनी

१. सदरहू समासातील मिश्र उत्पत्तीच्या शब्दांचा उघड उघड संकर केल्यामुळे मिश्रविवाहाला प्रस्तुत कवीचा पाठिंबा आहे अशी गैरसमजूत आर्यवाचकांनी करू नये.

२. सदरहू मात्र लोप हेतुपुरःस्स करताना कवीला पुढील ओळीचा अभिमानाने उल्लेख करावासा वाटत आहे. 'स्वराज्य आणि त्यासवे अम्हि गमाविला मोहरा!

तुजविना कविमुखे दिसतील की,
भृंगहीन कमळासम ती फिकी,
कौन्सिलात, सभासद आणी,
मारतील कवणा तुजवाचुनी?
राजकारण रोज नवे नवे
राष्ट्रभक्त करण्यास तयार हे.
शिंकुनी अहह! देइल यापुढे,
त्या इशारत कोण तरी गडे?
यापरी नव-तरंग मनात,
येउनी हृदय होय कंपित
पेयपृष्ठि उठली इतुक्यात,
मंद-श्वास-लहरीसह लाट!

फड फड फड पंखा हालवी ती तराया,
तडफड बहु केली, जाहले कष्ट वाया,
मिटवुनि इवलेसे पाय, ती शांत झाली;
अहह, तडक आणी खालती खोल गेली!
टाकुनी लांब सुस्कारा, उमाळा दाबुनी उरी,
चहा तो शांत चित्ताने, प्राशिला वरचेवरी.

केशवकुमार
∎

चांदरात

परिचय

विविध प्रकारचे गद्यलेखन करणारे वरच्या दर्जाचे लेखक- विशेषत: श्रेष्ठ लघुनिबंधकार म्हणून श्री. काणेकर ओळखले जातात. तथापि, त्यांना पहिली लोकप्रियता मिळाली, ती त्यांच्या 'चांदरात' या संग्रहात समाविष्ट झालेल्या कवितांमुळे. 'चांदराती'तल्या काही थोड्या कवितांवर बालकवींची अंधूक छाया असली तरी काणेकर कवी म्हणून पुढे आले तेव्हा लोकप्रियतेच्या शिखरावर असलेल्या 'रविकिरण-मंडळा'च्या कवितेचे अस्पष्ट प्रतिध्वनीसुद्धा त्यांच्या काव्यात कोठे आढळत नाहीत. त्यांच्या कवितेचा थाट बहुतांशी स्वतंत्र आहे, त्यामुळेच ती चटकन लोकांच्या डोळ्यांत भरली. ती विपुल नसली तरी विविध आहे. सृष्टिसौंदर्याने वेडावून जाणाऱ्या मनापासून सामाजिक विषमता पाहून संतप्त होणाऱ्या मनापर्यंत अनुभूतींच्या सर्व छटा काणेकरांनी कवितेत चित्रित केल्या आहेत. विविध गीते लिहिताना कल्पकता, भावना व विचार यांच्यातल्या परंपरागत संकेतांचा ते आंधळेपणाने स्वीकार करीत नाहीत. त्यामुळे लहान लहान चुटक्यांसारख्या वाटणाऱ्या त्यांच्या कवितांतूनही जिवंतपणामुळे निर्माण होणारा गोडवा अथवा चटकदारपणा आढळतो. '३१ डिसेंबर १९२६ची मध्यरात्र' ही त्यांची अगदी साधी कविता घेतली तरी ती त्यांच्या व्यक्तित्वाने रंगली आहे असे दिसून येईल. एक वर्ष संपले, दुसरे सुरू झाले या भावनेने विषण्ण झालेले कविमन

'असेल काळाहाती मरणे। परी आमुच्या हाती जगणे
का नच मग वीरोचित जगणे?। अभिमानाने हासत मरणे'

या विचारापर्यंत कसे पोहोचते, हे त्यांनी या कवितेत दाखविले आहे. 'दिवाळी, तो आणि मी' हे त्यांचे हृदयस्पर्शी सुनीत असेच आकर्षक आहे. बाह्यत: अगदी साधे, पण भावनेच्या सूक्ष्म अग्राच्या एका टोचीने काळजाला बेचैन करून सोडणारे! दिवाळीच्या दिवशी घरोघर मंगल अभ्यंगस्नाने सुरू

असताना हौदावर थंड पाण्याने अंघोळ करीत बसलेला एक मनुष्य कवीला दिसतो, एवढाच तिचा विषय आहे. 'चांदरात' या त्यांच्या कवितेत कल्पकता, चित्रण-सौंदर्य आणि कवीचे व्यक्तित्व यांचे सुंदर मिश्रण झाले आहे.

चान्दरात पसरिते पांढरी माया धरणीवरी;
लागली ओढ कशी अन्तरी!
हा तालतरू गंभीर शांतता धरी;
लेवूनि सुधेचे वल्कल अंगी शिरी,
कुणि शुचिर्भूत मनि तपा जणू आचरी!
केस पिंजुनी उभी निश्चला कोणी वेडीपिशी,
भासते छाया काळी तशी!
जलवलयाचे तरल रुपेरी नूपुर पदि बांधुनी,
खळखळत गुंग झरा नर्तनी.
पाढंरा पारवा हूं हूं कोठे करी,
क्षण मंद वायुने लता हले कापरी,
जणु शांतताच ही नि:श्वसनाते करी!
लपतछपत विधुकरण खेळती हिरव्या पानांवरी;
लागली ओढ कशी अंतरी!
निळ्या, तांबड्या, हिरवट, पिवळ्या तेजाची सांडणी,
करितसे व्याधाची चांदणी.
बेफाम पसरिते पंख हृदय-पाखरू,
उडुनिया पाहते अनंत अंबर भरू!
या इवल्या देही कसे तया आवरू!
चैन पडेना काय करू-ही आग लागली उरी,
लागली ओढ कशी अंतरी!

अनंत काणेकर

∎

काम आणि आराम

परिचय

कवी अनिल हे माधव ज्यूलियन व यशवंत यांच्याच पिढीतले कवी. 'फुलवात' आणि 'पेर्ते व्हा' हे त्यांचे दोन काव्यसंग्रह प्रसिद्ध आहेत. 'भग्नमूर्ति' या नावाचे एक खंडकाव्यही त्यांनी लिहिले आहे. अनिल रविकिरण-मंडळाचे समकालीन कवी असले तरी प्रतिभा व प्रवृत्ती या दोन्ही गोष्टींत ते या कवींपेक्षा बरेचसे भिन्न आहेत. मुक्तछंदाचा पुरस्कार करून त्यांनी मराठी कवितेला नव्या काळाला अनुरूप असे वळण लावण्याचा प्रयत्न केला. 'निर्वासित चिनी मुलास' या प्रदीर्घ कवितेत मुक्तछंदाचा त्यांनी प्रभावी रीतीने उपयोग केला असून, नवे नवे कवी या रचनेकडे अधिकाधिक प्रमाणात आकृष्ट होत आहेत, याचे श्रेय मुख्यत: त्यांनाच दिले पाहिजे.

'फुलवात' या काव्यसंग्रहातील त्यांची कविता बरीचशी आत्मलक्षी व क्वचित किंचित गूढ आहे; पण 'पेर्ते व्हा' या त्यांच्या पुढल्या काव्यसंग्रहात त्यांची वृत्ती पूर्णत: समाजनिष्ठ झालेली दिसते. 'गरीब आणि पावसाळा', 'मानवता', 'बंड', इत्यादी त्यांच्या कविता या वृत्तीच्या द्योतक आहेत. मात्र त्यांची वृत्ती समाजसंमुख झाली असली तरी त्यांच्या कल्पनेचा आणि शैलीचा कोमलपणा 'फुलवाती'प्रमाणेच 'पेर्ते व्हा' या संग्रहातही आढळतो. 'काम आणि आराम' ही त्यांची मुक्तछंदातली कविता विसाव्या शतकाने मानवापुढे निर्माण केलेल्या विचित्र समस्येचे-सोन्याच्या ताटातल्या विषसिंचन केलेल्या पंचपक्वान्नाप्रमाणे वाटणाऱ्या आजच्या जीवनाचे चित्रण करीत आहे.

असंख्य फुले
डोलत आहेत उष:प्रभेची
झुळझुळणाऱ्या तरल वायूच्या लहरीवरी

निळा रंग त्यांचा
तसेच वरती निळे आकाश
प्रसन्न प्रभात
नभात -मनात
ओसरल्या आता हस्ताच्या सरी
ते काळे ढग-भेसूर वादळे—
आणि ते विजांचे कडकडाट—
गंभीर गर्जना
पावसाच्या झडी-अंधारल्या दिशा—
संपले सारे
त्यातूनच आली पुन्हा ही उषा.....
आनंद...आल्हाद...!
निसर्गसौंदर्य - -
विभवसंपदा मानवजातीची—
हा शांतरस-जीवनरस—
मानवासाठी
निश्चिंत घ्यावया अखंड आस्वाद...
चाखतो पण तो जरा न कुठे
सुखभराने भारावून डोळे
तोच हो त्याचे मन विन्मुख
अस्थिर अधीर....
वाहू लागतो किंचित वेगाने
रुधिरप्रवाह......
ती त्यांची कामे.......!
ही आणि ती — ते वाढते ढीग—
ते व्याप व्यापार—
अपरंपार....
छे-छे-निसर्गा
नाही वेळ त्याला
पाहाया तुझ्या ह्या अनंत लीला
हा तुझा खेळ
आहे मात्र त्याचा वेळ घेणारा
धावपळ त्याची अखंड चालू

ह्या जन्मी नाही—
निदान आता—
रिकामपणाची सोबत तुझी—!
आधी त्याचे काम...नंतर आराम!!
आणि त्याची कामे
आता न राहिली आहेत त्याची
त्याच्या जीवनाची—
जीवनही आहे त्याचे कुठे आता
त्यानेच निर्माण केलेली भुते
करून घ्यायाला आपले काम
त्यालाच आहेत राबवीत नित्य
गुलामापरी
रात्रंदिन आणि अर्ध्यापोटीहि!
पाहा ही कामे-त्याची-मानवाची...
निसर्गा तुझ्याशी झुंज देऊन
विजय पाहा हे मिळविले त्याने
पाहिलेस का ते हजारो मजूर—
मानवच बरे—
रात्रीचा दिवस करून बिचारे
बांधीत आहेत प्रचंड नौका
तुझ्या ढगांचा गडगडाटहि
विरून जाईल एवढा प्रचंड घणघणाट
चाललेला आहे वर्षभर येथे.....
आता ही नौका
शिरणार तुझ्या अथांग सागरी
कितिहि जरी तू उसळविले
बेफाम तुफान
तेहि न शकेल बुडवू तिला
ती शक्ति नाहीच तुझ्यात आता
तेहि आहे कार्य मानवांचेच
कुशलतेचे!
पाहा ते शास्त्रज्ञ—ते थोडे लोक—
ते कारागीर—किती काळजीने

घडवीत तो आहेत तेथे
पाणसुरुंग
पेरूनी देतील त्यालाहि तेच
त्याच सागरात
आणि त्याचा होता जरा कुठे स्पर्श
उडेल धकाका
प्रचंड नौका ती जाईल क्षणात
रसातळाला!
हासत असेल निसर्ग तेव्हा
उपहासाने
पाहून ही सारी कामे मानवाची
सहस्रांचे ते अहोरात्र कार्य
एका वर्षाचे
एकाच क्षणात
चक्काचूर करणारे ते
दुसरे कार्यही थोड्या लोकांचे!
इकडे जीवास वाचवावया
कुशल त्याचे धन्वंतरी, वैद्य
औषधे, गोळ्या...
तिकडे तेच जीव घ्यायाला
त्याहून कुशल शास्त्र-कारागीर
तोफा आणि गोळे....

....

म्हणत असेल............
.... उपद्‌व्याप हे
ह्यांच्यासाठी का मानवालागी
ते दोन हात
एक जोडाया....एक मोडाया!
दोन्हीहि आहेत करीत काम!
मिळेल कसा यांना आराम!!

अनिल
∎

जलद भरुनि आले

परिचय

रविकिरण-मंडळानंतरच्या पिढीतील कवींपैकी बोरकर हे एक प्रमुख कवी होत. त्यांची कविता विविध संस्कारांनी सुशोभित झाली आहे. तरल कल्पकतेचे व नाजूक भावगर्भतेचे लेणे त्यांच्या प्रतिभेला स्वभावतःच मिळाले आहे. त्यातच लहानपणापासून संतवाङ्मयाची गोडी लागलेली. मुग्ध वयापर्यंतचे सारे जीवन गोमंतकाच्या अत्यंत सुंदर अशा निसर्गाच्या सान्निध्यात गेलेले. त्यामुळे त्यांच्या कवितेला एकीकडून उदात्ततेची व दुसरीकडून सौंदर्याची बैठक मिळाली. पुढे काव्यलेखन सुरू केल्यावर तांब्यांच्या कवितेचा त्यांच्यावर थोडा-फार परिणाम झाला. तसे होणे स्वाभाविकच होते. प्रतिभेच्या प्रकृतिधर्माच्या दृष्टीने आधुनिक कवींपैकी इतर कोणापेक्षाही त्यांचे तांब्यांशीच अधिक साम्य आहे. मात्र त्यांच्या पहिल्या काही कवितांवर तांब्यांच्या रचनेची छाया असली, तरी पुढे लवकरच त्यांचे स्वतंत्र मोहक व्यक्तित्व कवितेतून प्रकट होऊ लागले. 'प्रतिभा', 'जीवन-संगीत' व 'दूधसागर' हे त्यांचे तीन काव्यसंग्रह प्रसिद्ध आहेत. 'जीवन-संगीत' व 'दूधसागर' यांच्यातल्या अनेक कवितांत त्यांचे सर्व काव्यगुण समरसतेने प्रकट झाले आहेत. त्यांची नादमधुर सुंदर शब्दरचना पाहायची असेल, तर 'सांध्यसुंदरी'चा आरंभ पाहावा. 'इंद्रनील चंद्रकान्त सांध्यसुंदरी ही। येइ हंसत मधुरमंद विश्वमंदिरी ही' या ओळीशेजारीच 'दुखणाईत दिवा' या कवितेतल्या दारूबाजाच्या दरिद्री खोपटाचे वर्णन करणाऱ्या 'दुखणाइत हा जळे दिवा। खोकत खोकत काजळ ओकत। कुजट करी ही दमट हवा। बघति त्याकडे जीर्ण चिरगुटे। मडकी, डबडी आणि तवा' या ओळी ठेवल्या म्हणजे ते केवळ शब्दांच्या नादाने गुंगून जात नसून रसपरिपोषक शब्दयोजना करण्याचे कौशल्य त्यांच्या अंगी विपुलतेने वास करीत आहे, अशी खात्री होते. 'स्पर्श'मधली 'धूप जळे हा तिमिराचा पवनी। विनिद्रनयना व्याकुळ अवनी। पिकुनी लवल्या नक्षत्रांच्या

द्राक्षलता पिवळ्या।' या कडव्यातली त्यांची कल्पकता जेवढी विलोभनीय आहे, तेवढीच 'साद' कवितेतली 'परदुःखावर शिजले जे सुख। विटाळले जरि तेणे हे मुख। या हृदयातुनि त्या दुःखाचे उठवी शत पडसाद' या परमेश्वराला केलेल्या प्रार्थनेतली आर्त भावनाही हृदयंगम आहे. 'दूधसागर'मधल्या 'बांगड्या' आणि 'सायंप्रार्थना' या कविता एकदम वाचल्या, की बोरकरांची प्रतिभा सर्वस्पर्शी व जितकी बहिर्मुख तितकीच अंतर्मुख आहे, हे ध्यानात येते. 'जलद भरुनि आले' या त्यांच्या कवितेत निसर्गाचे मोठे रम्य व रेखीव चित्र आहे. या कवितेतले शब्दसौंदर्य, नादमाधुर्य, रंगसौंदर्य इत्यादी सर्वच गोष्टी मोठ्या मोहक आहेत. तांबे, बालकवी, केशवसुत वगैरे कवींची उज्ज्वल परंपरा पुढे चालविण्याचे सामर्थ्य ज्या तीन-चार तरुण कवींनी निःसंशयपणे प्रकट केले आहे, त्यांच्यात बोरकरांची गणना कुणीही रसिक न चुकता करील. महात्मा गांधींच्या जीवनयात्रेवर एक महाकाव्य लिहिण्यात ते सध्या गुंतले आहेत.

गडद निळे गडद निळे जलद भरुनि आले
शीतलतनु चपलचरण अनिलगण निघाले ।।ध्रु०।।
दिन लंघुनि जाय गिरी
पद उमटे क्षितिजावरि
पद्मराग वृष्टि होय माड भव्य न्हाले १
धुंद सजल हसित दिशा
तृणपर्णी सज्ज तृषा
तृप्तीचे धन घनांत बघुनि मन निवाले. २
उलट बघुनि हरिकरुणा
हरित धरा हो गहना
मंदाकिनिवरुनि धवल विहगवृंद डोले ३
रजतनील, ताम्रनील
स्थिर पल जल, पल सलील
हिरव्या तटि नावाचा कृष्ण मेळ खेळे. ४
मीन चमकुनी उसुळे
जलवलयी रव मिसळे
नवथर रसरंग गहन करति नयन ओले ५
धूसर हो क्षितिज त्वरित
ढोर पथी अचल चकित

तृण विसरुनि जवळिल ते खिळवि गगनि डोळे ६
टप, टप, टप पडति थेंब
मनि वनिचे विझति डोंब
वत्सल ये वास, भूमि आशीर्वच बोले ७

बा. भ. बोरकर

■

नवे वर्ष

परिचय

वा. रा. कान्त हे औरंगाबादचे कवी, बोरकर, कुसुमाग्रज वगैरेंच्या बरोबरीचेच. रुद्रवीणा' हा त्यांचा काव्यसंग्रह प्रसिद्ध आहे. त्याशिवाय 'आशिया', 'अग्निपथ' वगैरे खंडकाव्ये त्यांनी लिहिली असून, त्यांच्या शंभर रुबायांचा एक संग्रहही प्रसिद्ध व्हायचा आहे.

तांब्यांच्या कवितेचा गेल्या दहा-बारा वर्षांत पुढे आलेल्या तरुण कवींवर थोडा-फार परिणाम होणे अपरिहार्य होते. कान्तांची प्रेमगीते वाचताना तो किंचित जाणवतोही. पण कान्तांचे सारे कविजीवन हैदराबाद संस्थानात अगदी अस्वस्थतेच्या काळात गेल्यामुळे त्यांची कविता एका बाजूने जितकी नाजूक व कल्पक, तितकीच दुसऱ्या बाजूने उग्र व क्रांतीच्या आवाहनाला उत्सुक अशी झाली आहे. त्यांची कल्पकता पाहिली म्हणजे त्यांच्या हातून सर्व रसांचे व विविध भावनांचे चित्रण करणारी कविता निर्माण व्हायला काहीच हरकत नाही असे वाटते. परिस्थितीने त्यांच्या या विविधतेला आतापर्यंत मर्यादा घातल्या असाव्यात. आता त्या कृत्रिम मर्यादा दूर झाल्यामुळे त्यांच्या प्रतिभेचा अधिक मनोहर विलास प्रकट होण्याचा संभव आहे. कारण रचनेच्या दृष्टीने जसे तांब्यांच्या, तसे मनोवृत्तीच्या दृष्टीने केशवसुतांच्या ते अगदी जवळ आहेत.

'नवे वर्ष' ही कान्तांची कविता १९४२ साली लिहिली गेली. 'कंठी नररुंडांच्या माळा', 'साम्राज्यांचे भस्म कपाळा' या नव्या वर्षाचे वर्णन करणाऱ्या दोन ओळींचे मर्म कवितेच्या त्या रचनाकाळावरून लक्षात येईल. क्रांतीशिवाय सध्याच्या समाजाच्या प्रगतीला दुसरा मार्ग नाही अशी कान्तांची श्रद्धा आहे. जुने इतके कुजले आहे, की ते कापूनच टाकले पाहिजे, ते औषधोपचाराने बरे होण्यासारखे नाही या तीव्र भावनेने त्यांच्या ज्या अनेक कविता रंगलेल्या आहेत त्यापैकीच 'नवे वर्ष' ही

एक आहे. त्यांची कल्पकता या कवितेतही चांगल्या रीतीने व्यक्त
झाली आहे.

वर्ष नवे प्रकटले
आज हे वर्ष नवे प्रकटले.
प्रकटत असता स्वर्गधरेचे सात ताळ हदरले
वाहटुळी घोंघावत फिरती
स्तंभ धुळीचे गगन वेंधती
पिकली पाने मधि आक्रोशति
जुन्या जगाचे बंध आमुच्या देठांसह उपटले!
आज हे वर्ष नवे प्रकटले १
तोफांचा गडगडाट झाला
पश्चिमेस अन् पूर्व दिशेला
घोरंदर रणयज्ञ भडकला
समुद्र उकळे, शिसे नभाचे त्या आगीत वितळले!
आज हे वर्ष नवे प्रकटले २
रणधुमाळिची धूळ मुखावर
पोट रिते, प्रक्षुब्ध हृदंतर
नेसुनिया असिपत्र भयंकर
विराट तृष्णेतुन संहारक संवत्सर उगवले
आज हे वर्ष नवे प्रकटले ३
कंठी नररुंडांच्या माळा
साम्राज्यांचे भस्म कपाळा
प्रेतांवरती नाच मांडिला
ओल्या मानवचर्माचे करि निशाण फडकाविले!
आज हे वर्ष नवे प्रकटले ४
अपलक नेत्री ज्वाला फुलती
धूर लोळ केसांतुनि उठती
नि:श्वासी बारूद पेटती
स्फोटक कुलुपी गोळे झेलित युद्धदेव पातले!
आज हे वर्ष नवे प्रकटले ५
ये नव वर्षा, प्रलय करित चल,
नगरे, राज्ये नांगरीत चल,

शिरे बलीची अन् पेरीत चल,
मानवतेचे पीक नवे ये उद्या, सुगी ती साध बळे!
आज हे वर्ष नवे प्रकटले ६

कान्त
∎

झंझावात

परिचय

इंदिरा संत यांच्या काही थोड्या कविता त्या व त्यांचे पती श्री. ना. मा. संत यांच्या 'सहवास' नावाच्या काव्यसंग्रहात प्रसिद्ध झालेल्या आहेत. तथापि, त्या कवितांपेक्षा अधिक सुंदर व अधिक भावपूर्ण कविता त्यांनी अलीकडे बरीच लिहिली आहे. ती निरनिराळ्या नियतकालिकांतून प्रसिद्ध झाली असली तरी अद्यापि संग्रहरूपाने प्रकाशित झालेली नाही. त्यांची प्रस्तुत कविता 'साहित्य' द्वैमासिकाच्या ऑगस्ट, १९४७ च्या अंकातून घेतली आहे. इंदिराबाई अधूनमधून वाचनीय लघुकथाही लिहितात.

भावना, कल्पना, रचना व शब्दयोजना या सर्व दृष्टींनी 'झंझावात' कविता हृदयंगम आहे. झिमझिम पडणाऱ्या पावसाचे 'शिरि पाझरणारी घागर घेउन कोणी। लाजून उभी ही गवळण वाटे धरणी' हे वर्णन किंवा सैरावैरा वाहणाऱ्या वाऱ्यांचे 'हा पिसाटापरी धावत वारा ओला। खळ दुःशासन की झोंबतसे धरणीला' हे चित्रण त्यांच्या कल्पकतेचा चांगला परिचय करून देते. अगदी आधुनिक अशा वातावरणाचे चित्रण करूनही कवितेतली रंगत कायम राखता येते, त्या रंगतीला जुन्या संकेतांचीच आवश्यकता असते असे नाही, हे त्यांच्या 'हे मधे ठेविले दोन चहाचे पेले। चवदार तयांतिल वाफ उफाळुन खेळे। अन् तुझ्या करातिल उंची शुभ्र सिगार। वलयांतुनि वितरे दर्प तिचा सुकुमार' या ओळींवरून स्पष्ट दिसून येते. 'झंझावात'मधली चिरविरहाची करुण कल्पना कवयित्रीने मोठ्या आर्ततेने आणि सूचकतेने व्यक्त केली आहे. भावनेची तीव्रता वाढवायला वातावरणाचा किती कौशल्याने उपयोग करून घेता येतो हे या कवितेच्या रचनेवरून दिसून येईल.

तव आवडता बघ आला वर्षाकाल
किति कुंद गारठा भरुनी येत अभाळ
नाजूक झिमझिमे पाउस कौलांवरती
मधु वर्षागानी तन्मय होती वृत्ती
शिरि पाझरणारी घागर घेउन कोणी
लाजून उभी ही गौळण वाटे धरणी
तो धुंद लाजरा ओला डौल पहात
बेभान जाहलो आपण येथ घरात
बाहेर गारठा बंद घराची दारे
किति ऊब सुखावह धगधगतात निखारे
अन् लपेटुनीया उनी कोट अंगाशी
किती सुखकर वाटे बसणे खिडकीपाशी
हे मधे ठेविले दोन चहाचे पेले
चवदार तयांतिल वाफ उफाळुन खेळे
अन् तुझ्या करातिल उंची शुभ्र सिगार
वलयांतुनि वितरे दर्प तिचा सुकुमार
सैगलचे चाले गान करुण गंभीर
त्या वातावरणा आणित न्यारा नूर
क्षणि तोच कडाडे वीज किती जोरात
क्षणभरी लखलखे वसुधा अंधारात!
अन् स्वप्नातुन हे दचकुन उठले चित्त
ते स्वप्नच का, हे स्वप्न-पडावी भ्रांत!
नभ अवघे गेले मेघांनी व्यापून
चारही दिशांनी आले अंधारून
हा पिसाटापरी धावत वारा ओला
खळ दुःशासन की झोंबतसे धरणीला!
भयभीत बिचारी गुरे, पाखरे पळती
त्या पाचोळ्याची कुणास ठावे नियती.
अन् थेंब टपोरे सर्पापरि ते थंड
वेगात धावती फोडुन काळे खंड
कडकडे वीज मग उठे काय कल्लोळ
मिळण्यास निघाला तया धुळीचा लोळ.
ही अता घराची सताड उघडी दारे

बेफाम धावती उभे त्यांतुनी वारे
ते पहा तांडव उभी राहते येथ
दडपून मनातिल मनात झंझावात!

इंदिरा संत
■

भविष्यकाला–

परिचय

कृ. ब. निकुम्ब यांची कविता 'उज्ज्वला' या काव्यसंग्रहात समाविष्ट झाली आहे. तांबे, गिरीश व अनिल या पूर्वकवींचे संस्कार त्यांच्या कवितेवर झाले असले तरी शब्दांच्या नाजूकपणाबरोबर कल्पनेच्या कोमलपणाचे लेणे तिला जन्मत:च लाभले आहे हे 'घाल घाल पिंगा वाऱ्या' यासारख्या त्यांच्या कवितेवरून सहज दिसून येते. एका नववधूचे मन त्यांनी या कवितेत चित्रित केले आहे. तिचे लग्न होऊन नुकतेच वर्ष झाले आहे. सासरी ती सुखी आहे, पण असे असूनही माहेरच्या आठवणीने तिचे डोळे भरून येतात. कालिदासाच्या मेघदूतात यक्षाने जसा मेघाबरोबर आपल्या पत्नीला संदेश पाठविला, तशी येथे ही मुलगी वाऱ्याला आपल्या माहेरी जायला, तिथे जाऊन आईच्या कानात आपला निरोप सांगायला विनवीत आहे. हा निरोप सांगताना तिला माहेरच्या ज्या आठवणी येतात, त्या किती हृदयंगम आहेत! या मधुर गीतांत जी एकच उपमा आली आहे, तीही घरगुती आणि रसपरिपोषक आहे! माहेराची ओढ लागलेली ही नववधू म्हणते — 'कपिलेच्या दुधावर मऊ दाट साय। माया माझ्यावर दाट जशी तुझी माय.'

या कवितेप्रमाणेच 'मी', 'प्राजक्ताच्या शय्येवर झोपले,' 'हळुहळु येई रात' व 'अकारण हुरहुर' वगैरे त्यांच्या कविता सर्व दृष्टींनी मोहक वठल्या आहेत. मुक्तछंदामध्येही त्यांनी रचना केली असून, 'शिशिर अजून संपलाहि नाही', 'भविष्यकाला—' वगैरे या प्रकारच्या कविताही वाचनीय झाल्या आहेत.

मानवी मन ज्या स्वप्नांवर जगत असते, त्यांचे जीवनातले महत्त्व 'भविष्यकाला' या कवितेत त्यांनी अत्यंत सुंदर रीतीने वर्णन केले आहे. रचनेची सफाई, शब्दांचा नाजूकपणा आणि मधूनच येणाऱ्या एखाद्या कल्पनेने कवितेचे वृद्धिंगत होणारे सौंदर्य हे त्यांच्या इतर कवितांतले गुण

याही कवितेत प्रकट झाले आहेत.

“फुंकित तुताऱ्या, गर्जत गर्जत
सांडित भोवती सोनेरी स्वप्ने
आगळे आपुले वैभव लेऊन
येणार कधी तू भविष्य-काला?”
उद्ध्वस्त माझे हे जीवन आज
जीवन-द्यूतात उलटे फासे पडले सारे—
नेमके आले नि नको ते दान हातात आता!
पराभव आता टळावा केवी?
बैसलो खेळाया जेधवा आधी
टाकिले जेधवा नि देव-दान
“मीच जिंकणार!” —विश्वास तेव्हा जीवास होता;
कर्तृत्व फुलते पाठिशी होते;
आकांक्षा-नृत्याने भारलो होतो!
—मनोरथ सारे तेव्हाचे आता—
वीरभद्राने उत्सन्न केल्या त्या दक्ष-यज्ञासम
निष्प्रभ झाले!
तरीही कधी स्मरण तुझे
मनास होते भविष्य-काला!
—आणि वसन्ताची लागता चाहूल
हेमन्ती वठला तरूहि दावितो
नाजुक, नूतन, पाचूंचे उन्मेष—

तेवीच माझे
निर्माल्य कर्तृत्व पाहत उमलू!
काही निराळाच उत्साह फुलतो रोमरोमांत
“तूच जिंकणार” —सांगते कोणी
कानात हळूच विश्रब्धतेने!
म्हणून तुला ही घालणे साद

“फुंकित तुताऱ्या, गर्जत गर्जत
सांडित भोवती सोनेरी स्वप्ने

आगळे आपुले वैभव लेऊन
येणार कधी तू भविष्य-काला''
कितीकदा तरी—
रम्य स्वप्नापरी त्वदीय मूर्ति
तरळून जाते लोचनांपुढून
आणि आभासांत
मन हे स्वप्नाळू राहते गुंगून!
दिसते तुझी सहास मुद्रा
फुलले जीवर जुईचे मार्दव
जिवंतपणाची न्यारीच झळाळी
खेळते सारखी मात्र नयनी!
पाठीवर स्वैर लोळतो आहे केसांचा संभार
अवखळ तुझा उत्साह जणू नाचतो त्यातून!
कंठात एकच रुळते आहे
'चिन्तामण्यां'ची अद्‍भुत माला.
ल्यालास अंगी वस्त्र हे आगळे
इन्द्रधनूच्या कोवळ्या तन्तूंची गुंफण त्याची
आणिक त्यावर केलेली दिसे
जीवनरसाची किमया काही!
—सहस्त्र हस्तांचे करिसी विन्यास शंकरापरी
परी न तयांत रुद्रता काही
सारे स्निग्धच, स्नेहल, सुंदर!
—शोभतो आहे हातात, उत्तुंग,
श्वेत-मंगल हा विजय-ध्वज
फडकतो आहे
वाऱ्यावर स्वैर एकसारखा
सांगतो जणू गर्जून जगाला,
'जिंकाया निघालो अवघे ब्रह्मांड!'
—दिसतो स्कन्धी अपूर्व श्रेयांचा विराट घट
आशांची पाखरे करीती कूजन
भोवती जयाच्या उत्सुकतेने!
अनंत पथावरून असा
नि:शंकपणे चालतो आहेस भविष्य-काला!

मनी मानसी कितिकदा तरी
स्वरूप तुझे हे
देते उधळून दिलासा-विसावा!
क्षणभर होते शान्त होमकुण्ड आतले जळते
क्षणभर होते हृदयसमृद्धि!
म्हणून लालसा तुझिया भेटीची—
म्हणून उत्सुक तुझिया दर्शना—
म्हणून घालणे तुजला साद :
'फुंकित तुताऱ्या, गर्जत गर्जत
सांडित भोवती सोनेरी स्वप्ने
आगळे आपुले वैभव लेऊन
येणार कधी तू भविष्य-काला?'

कृ. ब. निकुंब
■

पितात सारे गोड हिवाळा

परिचय

बा. सी. मर्ढेकर हे कवी, टीकाकार व कादंबरीकार या तीन नात्यांनी मराठी वाचकांना परिचित आहेत. 'वाङ्मयीन महात्मता' हे त्यांचे टीकात्मक निबंधांचे पुस्तक एकेकाळी बरेच गाजले होते. 'रात्रीचा दिवस' या त्यांच्या कादंबरीत त्यांनी एका नवीन तंत्राचा प्रयोग करून पाहिला आहे. 'तांबडी माती' ही त्यांची दुसरी कादंबरी वाचनीय असून, 'पाणी' ही तिसरी कादंबरी नुकतीच प्रसिद्ध झाली आहे. 'शिशिरागम', 'काही कविता' हे त्यांचे दोन कथासंग्रह होत. मर्ढेकर हे बोरकर-कुसुमाग्रजांच्या पिढीतले कवी आहेत. पण दोन वर्षांपूर्वी प्रसिद्ध झालेल्या 'काही कविता' या त्यांच्या काव्यसंग्रहातून त्यांनी परंपरागत व प्रचलित अशा काव्यरचनेच्या पद्धती सोडून अगदी निराळ्या घाटाची व थाटाची रचना रसिकांना सादर केली. विषय, रचना, कल्पना व भावना या सर्वच गोष्टींत त्यांची कविता बोरकर-कुसुमाग्रजांहून अगदी भिन्न आहे. इंग्रजी वाङ्मयात अशाप्रकारची कविता गेली अनेक वर्षे लिहिली जात आहे. आपल्याकडे ती अपरिचित असल्यामुळे मर्ढेकरांच्या या नव्या कवितेने चहाच्या पेल्यातली अनेक वादळे निर्माण केली. तिचे मंडन व खंडन करणाऱ्या लोकांनी अभिनिवेशाने अनेक मते प्रतिपादन केली आहेत. त्यांची योग्यायोग्यता ठरविण्याच्या भानगडीत न पडता सर्वसामान्य मनुष्य बुद्धीला थोडे कष्ट देऊन मर्ढेकरांची कविता वाचील तर तिचे रहस्य आकलन करणे त्याला फारसे कठीण जाणार नाही. त्यांची सूचकता अनेकदा दुर्बोधतेच्या सीमेला जाऊन भिडते. संकेत, कल्पना, भावना इत्यादिकांच्या बाबतीत त्यांनी मूर्तिभंजकाची भूमिका स्वीकारली असल्यामुळे परंपरागत काव्यात रममाण होणाऱ्या वाचकाला त्यांची कविता वाचताना अडखळल्यासारखे, चुकल्याचुकल्यासारखे वाटते.

पण मर्ढेकरांची कल्पकता तरल व नावीन्यावर प्रेम करणारी आहे.

जगात आज सर्व मंगल आणि पवित्र गोष्टींचा जो विध्वंस चाललेला आहे, माणूस हा माणूस राहिला नसून, त्याला जे यंत्राचे स्वरूप आले आहे- त्याची शल्ये मर्ढेकरांच्या मनाला तीव्रतेने टोचतात. आपल्या मनाची ही चीड, दिवसेंदिवस विकृत होत चाललेल्या जीवनाविषयीची किळस, त्यांनी अनेक ठिकाणी केवळ वास्तवच नव्हे, तर अतिवास्तव दृष्टिकोनातून रंगविली आहे. त्यामुळे त्यांच्या कित्येक कविता व त्यांच्यातल्या अनेक कल्पना यांच्यावर टीकाकारांनी गहजब केला आहे. पण 'फलाट दादा'सारखी त्यांची कविता वाचताना किंवा

'बोंड कपाशीचे फुटे उले वेचताना ऊर
आज होईल का गोड माझ्या हातची भाकर?
वांगी झाली काळीनिळी काटा बोचे काढताना
आज होतील का खुषी माणसं ग जेवताना?

अशा ओळीतला नाजूकपणा पाहिला म्हणजे त्यांच्या काव्यशक्तीविषयी मन नि:शंक होते. ते काव्यात जे नवे प्रयोग करीत आहेत, ते पाच-दहा वर्षे अनेक कवी निष्ठापूर्वक करीत राहतील, तेव्हाच त्यांची उपयुक्तता सिद्ध होईल. तथापि मुंबईतल्या हिवाळ्यातल्या एका सकाळचे त्यांनी खाली केलेले कल्पकतापूर्ण, पण वास्तव वर्णन आजच्या कवींत त्यांना मानाचे व वैशिष्ट्यपूर्ण स्थान आहे हे सिद्ध करण्याला समर्थ आहे.

न्हालेल्या जणु गर्भवतीच्या
सोज्वळ मोहकतेने बंदर—
मुंबापुरिचे उजळित येई
माघामधली प्रभात सुंदर.
सचेतनांचा हुरूप शीतल;
अचेतनांचा वास कोवळा:
हवेत जाती मिसळुनि दोन्ही!
पितात सारे गोड हिवाळा!
डोकी अलगद घरे उचलती
काळोखाच्या उशीवरूनी;
पिवळे हंडे भरून गवळी
कावड नेती, मान मोडुनी

नितळ न्याहारिस हिरवी झाडे
काळा वायू हळूच घेती;
संथ बिलंदर लाटांमधुनी
सागर-पक्षी सूर्य वेचती.
गंजदार, पांढऱ्या नि काळ्या
मिरवित रंगा अन् नारिंगी,
धक्क्यावरच्या अजून बोटी
साखरझोपेमधी फिरंगी
कुठे धुराचा जळका परिमल,
गरम चहाचा पत्ती गंध;
कुठे डांबरी रस्त्यावरच्या
भुऱ्या शांततेचा निशिगंध.
या सृष्टीच्या निवांत पोटी
परंतु लपली सैरावैरा,
अजस्र धांदल, क्षणात देइल
जिवंततेचे अर्घ्य भास्करा.
थांब! जरासा वेळ, तोवरी—
अचेतनांचा वास कोवळा;
सचेतनांचा हुरूप शीतल;
उरे घोटभर गोड हिवाळा!

बा. सी. मर्ढेकर

कोलंबसाचे गर्वगीत

परिचय

१९२५ ते १९३५ हे दशक हा 'रविकिरण-मंडळा'च्या उत्कर्षाचा काळ होता. १९३५नंतर बोरकर व कुसुमाग्रज हे दोन नवे प्रतिभासंपन्न कवी काव्यक्षितिजावर उदय पावले. त्यापैकी बोरकरांनी तांब्यांच्या संप्रदायाचा मार्ग चोखाळला. काव्यलेखनाच्या बाल्यावस्थेत कुसुमाग्रजांवर माधव ज्यूलियनांचा थोडा-फार परिणाम झाला असावा, पण तो फार मर्यादित आहे. त्यांची कविता पहिल्यापासून परंपरेपेक्षा आपल्या स्वत:च्या वैशिष्ट्यपूर्ण आविष्काराकडे लक्ष देणारी आहे. तरल व भव्य कल्पकतेप्रमाणे त्यांच्या अंगी उत्कट भावनाशीलताही आहे. कवी म्हणून ते उदयाला आले, तो काळ दुसऱ्या महायुद्धापूर्वीच्या अस्वस्थतेचा होता. देशात पारतंत्र्याविरुद्ध निरनिराळ्या प्रकारच्या चळवळी सुरू होत्या. तळहातावर शिर घेऊन माणसे देशासाठी हवे ते दिव्य करायला तयार होती. स्वभावत:च ओजोगुणाने युक्त असलेल्या त्यांच्या प्रतिभेला काळाचे हे आव्हान मिळाल्यामुळे 'क्रांतीचा जयजयकार', 'जा जरा पूर्वेकडे', 'अहिनकुल' वगैरे कविता निर्माण झाल्या. 'क्रांतीचा जयजयकार' या कवितेच्या निर्मितीचा इतिहास त्यांच्या मनोवृत्तीवर प्रकाश पाडणारा आहे. त्यावेळी ते एका दैनिकात सह-संपादक म्हणून काम करीत होते. तुरुंगात अन्नसत्याग्रह करून आपले बलिदान करणाऱ्या एका राजबंद्याच्या मृत्यूची तार एके दिवशी अपरात्री त्या वर्तमानपत्राच्या कचेरीत आली. कुसुमाग्रजांनी एकीकडे त्या तारेचे भाषांतर करून दिले आणि दुसरीकडे ही कविता रचायला सुरुवात केली. त्यांच्या या कवितेतला कल्पकतापूर्ण आवेश केशवसुत आणि सावरकर या दोनच आधुनिक कवींत आढळतो, असे म्हटले तर त्यात मुळीच अतिशयोक्ती होणार नाही.

देशावरले प्रेम, गुलामगिरीची चीड, विषमतेविषयी संताप, अन्यायामुळे झुंजारपणाला मिळालेले आवाहन इत्यादी गोष्टी कुसुमाग्रजांच्या काव्यप्रकृतीत

स्वभावत:च आहेत. चौपाटीवरल्या टिळकांच्या पुतळ्याजवळ ते सहज जाऊन उभे राहिले तरी त्यांना लगेच वाटू लागते-

'ते होते जीवित-हाती धरुनि हताश
खळबळती ज्यावर दृढ पोलादी पाश
ध्वज चढवायाची एक अदम्य मनीषा
ते होते जीवित-अन् हा जीवितभास!
कण क्षुद्र घेउनी सुखदुःखांचे हाती
धापावत आम्ही जीवनमार्गावरती
पर्णापरि वाऱ्यावरत हलतो डुलतो
जो धुळीत लाभे अखेरची विश्रांती!'

त्यांच्या सामाजिक कविताही अशाच उत्कटतेने रंगलेल्या आहेत. 'स्वप्नाची समाप्ति', 'गोदाकाठचा संधिकाल', इत्यादी कवितांत त्यांच्या कोमल कवीमनाचा सुगंध दरवळत आहे. 'कोलंबसाचे गर्वगीत' हे त्यांचे एक ओजस्वी गीत असून, त्यात ध्येयवाद्यांच्या आत्मशक्तीचे आणि स्वप्नसामर्थ्याचे मोठे सुंदर चित्रण कुसुमाग्रजांनी केले आहे. घराच्या चार भिंतींत स्वत:ला कोंडून घेऊन आणि त्यात तीन धोंडे मांडून लहानसहान शरीरसुखे मिळाली म्हणजे आयुष्याचे सार्थक झाले असे मानणारी माणसे आपली, आपल्या समाजाची किंवा मानवतेची उंची कधीच वाढवू शकत नाहीत. ज्यांना मोठे व्हायचे आहे, काहीतरी अपूर्व करून दाखवायचे आहे, त्यांना कोलंबसाप्रमाणेच साहस करावे लागते. त्या साहसानेच मानवाची अंती प्रगती होत असते हे कुसुमाग्रजांनी मोठ्या ओजस्वीपणाने या कवितेत सूचित केले आहे.

हजार जिव्हा तुझ्या गर्जु दे प्रतिध्वनीने त्या
समुद्रा, डळमळु दे तारे!
विराट वादळ हेलकावु दे पर्वत पाण्याचे
ढळू दे दिशाकोन सारे!
ताम्रसुरा प्राशून मातु दे दैत्य नभामधले
दडू द्या पाताळी सविता
आणि तयाची ही अधिराणी दुभंग धरणीला
कराया पाजळु दे पलिता!

की स्वर्गातुन कोसळलेला, सूड-समाधान
मिळाया प्रमत्त सैतान
जमवुनि मेळा वेताळांचा या दर्यावरती
करी हे तांडव थैमान!
पदच्युता, तव भीषण नर्तन असेच चालू दे
फुटू दे नभ माथ्यावरती
आणि तुटू दे अखंड उल्का वर्षावत अग्नी
नाविकां या भय वा भीती!
सहकाऱ्यांनो, का ही खन्ती जन्म खलाशांचा
झुंजण्या अखंड संग्राम
नक्षत्रापरि असीम नीलामधे संचरावे
दिशांचे आम्हांला धाम!
काय सागरी तारु लोटले परताया मागे
असे का हा आपुला बाणा
त्याहुन घेऊ जळी समाधी सुखे कशासाठी
जपावे पराभूत प्राणा!
कोट्यवधी जगतात जिवाणू जगती अन् मरती
जशी ती गवताची पाती,
नाविक आम्ही परंतु फिरतो सात नभांखाली
निर्मितो नव क्षितिजे पुढती!
मार्ग आमुचा रोधू शकती ना धन, ना दारा
घराची वा वितभर कारा!
मानवतेचे निशाण मिरवू महासागरात
जिंकुनी खंड खंड सारा!
चला उभारा शुभ्र शिडे ती गर्वाने वरती
कथा या खुळ्या सागराला
'अनंत अमुची ध्येयासक्ती, अनंत अन् आशा;
किनारा तुला पामराला!'

कुसुमाग्रज

■

काव्यज्योती

संपादक
भ. व्यं. देशमुख

परिचय-लेखक
वि. स. खांडेकर

' ...शिक्षक आणि पालक या दोन्ही नात्यांनी मला नेहमी असे वाटत
आले आहे, की दहा ते पंधरा वर्षांच्या मुलामुलींच्या मनांवर
कोमल कल्पनांचे आणि उदात्त भावनांचे जेवढे संस्कार
करता येतील, तेवढे समाजाने आवर्जून केले पाहिजेत.
जीवनधर्माची जाणीव अंत:करणात लहानपणी न मुरल्यामुळे
आजचे जग शांतीसुखाला पारखे झाले आहे. ती दुर्लभ
शांती सामान्य माणसांच्या अंत:करणातील मानवतेची
भक्ती पाहूनच पुन्हा या जगात अवतार घेईल. अशी
भक्ती लहान मुलांच्या मनात निर्माण करण्याची साधने
दोनच आहेत उत्कृष्ट आणि उदात्त काव्य; व रामायण,
महाभारत, बायबल यांसारखे ग्रंथ!
या संग्रहातल्या प्रत्येक कवितेत असे काही तरी अंत:करणाला
विशाल करणारे, मनावरली काजळी झाडून टाकणारे,
आत्म्याच्या सुप्त सामर्थ्याला आवाहन देणारे भरले आहे,
असे वाचकांना आढळून येईल. अंधारात तारका पाहून मनाला धीर
येतो ना ? जीवनमार्गावरल्या प्रवाशाला 'काव्यज्योती'तल्या
अनेक कविता तशाच वाटतील.'

— वि. स. खांडेकर